Masimulizi Kamilifu ya Alfu Lela U Lela

Au Siku Elfu Moja na Moja

6

Masimulizi Kamilifu ya Alfu Lela U Lela

Au Siku Elfu Moja na Moja

6

Mkuki na Nyota
DAR-ES-SALAAM

KIMECHAPISHWA NA
Mkuki na Nyota Publishers Ltd,
S.L.P. 4246, Dar es Salaam, Tanzania
www.mkukinanyota.com

Toleo Jipya, 2016

ISBN 978-9987-449-49-1

Tembelea tovuti yetu www.mkukinanyota.com kujua zaidi kuhusu vitabu vyetu na jinsi pa kuvipata. Vilevile utaweza kusoma habari na mahojiano ya waandishi pamoja na taarifa za matukio yote yanayohusu vitabu kwa ujumla. Unaweza pia kujiunga na jarida pepe letu ili uwe wa kwanza kupata taarifa za matoleo mapya zitakazotumwa moja kwa moja kwenye sanduku la barua pepe yako.

Vitabu vya Mkuki na Nyota vinasambazwa nje ya Afrika na African Books Collective.
www.africanbookscollective.com

Yaliyomo

Utangulizi

Hakika asasi ya hadithi za *ALFU LELA U LELA* ni Asia hasa Arabuni, Bara Hindi, na Ajemi. Asasi hii inasemekana imetoka katika kitabu kimoja cha Ki-Ajemi cha hadithi za majini kiitwacho *Hazar Afsanah,* yaani Visa Elfu Moja, kilichotafsiriwa kwa Kiarabu mwaka 850. Wanazuoni wa sasa waliotafiti zaidi juu ya hadithi hizi, wanasema kuwa chimbuko hasa la *ALFU LELA U LELA* ni Bara Hindi na Ajemi. Walakini, wasimulizi wa nchi mbalimbali wa hadithi hizi, kila walipozisimulia, waliongeza hadithi na visa vingi vya kikwao mpaka hadithi zikaongezeka idadi, zikawa za vitabu chungu nzima!

Hadithi hizi zipendwazo sana na walimwengu, na zilizotafsiriwa kwa lugha nyingi, zimeletwa Ulaya, kwa mara ya kwanza, na Mfaransa mmoja aliyeitwa Antoine Galland (1646-1715), aliyekuwa na taaluma ya mambo ya Kiarabu, na aliyesafiri sana Mashariki ya Kati nyakati hizo; halafu zilitafsiriwa kwa Kijerumani mwaka 1865 na Gustav Weil, mtaalam wa Mashariki ya Kati.

Ingawa hadithi hizi zilitafsiriwa kwa Kiingereza, kwa mara ya kwanza (1706-8) na mtu asiyejulikana, tafsiri kamili kwa lugha ya Kiingereza ilifanywa na John Payne (1882-4). Walakini, tafsiri iliyopendwa zaidi ni ile ya Sir Richard Burton (1885-6) ya madutu 10.

Hadithi hizi, ambazo zilitoweka Tanzania baada ya Uhuru, zilitafsiriwa kwa lugha ya Kiswahili na Edwin W. Brenn katika mwaka 1928 kwa uongozi, ufupishaji, na uhariri wa F. Johnson. Wao walizifupisha, wakazibadili kwa sababu zisizojulikana.

Mimi, katika toleo hili jipya, nimetoa tafsiri mpya kutoka katika vitabu vya lugha mbalimbali vya kizungu bila kuzihariri wala kuzifupisha isipokuwa sehemu fulani fulani tu ambazo nimeona huenda zikaeleweka vibaya.

Kwa kuwa hadithi hizi ni za asili ya Kiarabu, nimejaribu kutumia maneno fulani fulani ya asili ya Kiarabu kama yaandikwavyo au yatamkwavyo kwa lugha hiyo, na kama yalivyotumiwa katika tafsiri nyingi. Walakini, maneno hayo nimeyaeleza kwa Kiswahili katika faharisi kama yajulikanavyo na yalivyoandikwa katika kamusi ya Kiswahili Sanifu.

Sina budi kusisitiza humu kuwa kabla Wareno, wazungu wa kwanza kukanyaga mwambao wa Afrika Mashariki mnamo mwaka 1498, kwa uongozi wa nahodha Vasco da Gama, wakivinjari Afrika wakitafuta njia ya kuelekea Bara Hindi, Waswahili, toka enzi na enzi, waliingiliana na wafanyabiashara na mabaharia kutoka Ajemi (Persia), Arabuni, na Bara Hindi. Kuna ushahidi kamili wa kihistoria unaothibitisha pia kuwa hata Wachina na Wa-Indonesia wa kale walifika mwambao wa Afrika Mashariki kuitwako Uswahilini. Hivyo basi, ngano, visa, na hadithi nyingi za Kiswahili zilizosimuliwa na Waswahili toka enzi za kale, kuna nyingi zilizoathiriwa na nchi hizo, na kuna za asili ya nchi hizo ambazo, baada ya miaka nenda, mwisho zikawa za Kiswahili. Kwa hiyo, kuzikana au kuzifutilia mbali ni kinyume cha kanuni za fasihi. Haiwezekani, kwa mfano, kwa sababu fulani fulani, ngano, hadithi, au visa vya Kizulu, Kirusi au Kijapani, vikabadilishwa na kudai kuwa ni vya Kiingereza, Kiarabu, au Kichina! Fasihi ikiwa ni nzuri, hutasfiriwa kwa lugha nyingi za dunia kwa manufaa ya walimwengu. Lakini fasihi hiyo hubaki ya asasi yake. Hivyo basi, nimeona ni kheri picha za tafsiri hii mpya ya *ALFU LELA U LELA* ziwe za kiasili kama zilivyochapishwa katika matoleo ya kwanza ya lugha mbalimbali, kwani Shahrazad au Sindbad hawakuwa wa asili ya Kiafrika!

Kwa kumalizia, naishukuru familia yangu kwa uvumilivu wao wa kuukabili upweke wakati nilipokuwa nikitumia wakati wangu mwingi kuzitafsiri ofisini hadithi hizi, wakati ambao wangefurahi kuwa nami. Shukrani nyingi za dhati nazitoa pia kwa ustadh Omar Babu, M.A., mhadhiri wa Kiswahili katika Chuo Kikuu cha Cologne, Ujerumani, kwa kuupitia mswada huu, na kwa ushauri wake. Kwa kumalizia, tafsiri hii isingewezekana kama si nafasi na msaada wa hali na mali niliopewa na Taasisi ya Taaluma ya Kiafrika, Chuo Kikuu cha Cologne, Ujerumani.

Hassan Adam, Cologne, Germany
November 2006

Kisa cha Badar Basim, Mwana Mfalme wa Ajemi, na Jauhara, Binti Mfalme wa Samandal

Hapo kale, alianza kusimulia Shahrazad, Ajemi lilikuwa ni dola kubwa sana ambalo, wafalme wake, kwa sababu maalumu, walijipa jina la Wafalme wa Wafalme. Mmoja wa wafalme hao aliitwa Shahriman. Mfalme huyo alitawala kwa muda wa miaka mingi bila tatizo lolote. Jambo moja tu lililomhuzunisha Mfalme huyu, aliyekuwa na umri mkubwa, ingawa alikuwa na mamia ya wake na masuria, ni kutokujaaliwa kupata mtoto wa kiume wa kuurithi ufalme wake.

Siku moja, wakati alipokuwa akiliwaza kwa huzuni jambo hili, kama ilivyokuwa kawaida yake ya mara kwa mara, alijiwa na towashi mmoja, akamwambia kuwa, mlangoni, pana mfanyabiashara mmoja anayeomba ruhusa ya kuonana naye kwa madhumuni ya kumwonyesha mjakazi mmoja.

"Mwache aingie," alisema Mfalme Shahriman.

Yule mfanyabiashara aliingia na mjakazi mmoja, mwembamba, mrefu, mzuri, aliyejifunika ushungi usoni. Mfanyabiashara alipomfunua ule ushungi, uzuri wa sura ya yule msichana uliangaza ukumbi mzima! Alikuwa na nywele ndefu nyeusi zilizosukwa, zilizomfika kiunoni, na macho makubwa meusi yaliyotiwa wanja. Alikuwa na kiuno chembamba mithili ya bungo. Mtazamo wake, kwa hakika, ungeweza kuuponyesha ugonjwa wa aina yoyote! Kifupi ni kwamba, alikuwa mzuri ajabu!

Mfanyabiashara Akimfunua Mjakazi Ushungi

Mfalme Shahriman aliustaajabia sana uzuri wa yule mjakazi, akamwuliza yule mfanyabiashara anamwuza kwa bei gani.

"Seyyid yangu," alijibu yule mfanyabiashara, "mimi nilimnunua kwa sarafu elfu mbili za dhahabu; na kwa ajili ya safari zangu mbalimbali nilizofanya naye kwa muda wa miaka mitatu, amenigharimu tena sarafu elfu mbili nyingine. Hata hivyo, kama amekupendeza, Seyyid yangu," aliendelea yule mfanyabiashara, "mchukue kama zawadi kutoka kwangu."

Mfalme Shahriman alimtunukia yule mfanyabiashara joho la heshima, akampa na dinari elfu kumi za dhahabu. Mfanyabiashara alipokea zile fedha kwa shukrani nyingi, akaubusu mkono wa Mfalme, akatoka, akaenda zake.

Mfalme alimchukua yule msichana, akawakabidhi wajakazi wake wengine, akawaambia, "Mwogesheni vizuri msichana huyu kwa marashi na manukato ya kila namna, halafu mtafutieni chumba maalumu humu katika kasri, mumweke na mmhudumie ipasavyo!"

Mji mkuu wa Mfalme Shahriman ulikuwa karibu na bahari na uliitwa "Jiji Jeupe." Kasri la Mfalme huyo lilijengwa ukingoni mwa bahari hiyo, na dirisha la chumba alimowekwa yule msichana, lilielekea ukingoni mwa ile bahari.

Mfalme alipomtembelea jioni, yule msichana alisimama bila kumtazama wala kumjali. Mfalme alistaajabu kuona tabia ya yule msichana, akafikiri: bila shaka msichana huyu, ingawa ni mzuri, amekulia katika jamii isiyoelimika. Hata hivyo, Mfalme alizidi kuustaajabia uzuri na umbo lake, akamwendea pale dirishani aliposimama, akamshika, akambusu, akamkumbatia na kumpapasapapasa bila yule msichana kuonyesha dalili yoyote ya mabadiliko ya kimwili; alibaki tu kimya!

Chakula kilipoandaliwa, msichana alikula na Mfalme bila kusema neno lolote ingawa Mfalme alimwuliza jina lake. Yeye aliinamisha kichwa chake na kutazama chini tu. Kilichomsalimisha dhidi ya hasira za Mfalme Shahriman ni ule uzuri wake wa ajabu. Mfalme alifikiri: Allah Aliyemwumba msichana huyu Akamfanya asiseme, Asifiwe!

Mfalme aliwauliza wafanyakazi wa mle ndani kama yule msichana amewahi kuongea nao. Lakini hata wao nao walisema kuwa hawajamsikia akisema neno hata moja: la kheri wala la shari. Hata hivyo, Mfalme aliwaamrisha wajakazi maalumu wamtumbuize yule msichana kwa kumwimbia na kumfanya aongee ili aibadili ile tabia yake. Lakini jitihada zote zilizofanywa, hazikuweza kumshawishi yule msichana kutamka neno lolote. Jambo hili lilimhuzunisha sana Mfalme Shahriman ingawa alimpenda sana yule msichana kupita kiasi hata akatengana kabisa na wanawake wengine wote.

Alipoishi naye vile kwa muda wa mwaka mzima bila yule mtoto wa kike kutamka neno lolote, siku moja Mfalme Shahriman alimwambia yule mtoto wa kike, "Mpenzi wangu, nuru ya macho yangu, jua kuwa mapenzi yangu kwako ni makubwa kupita kiasi; kwa sababu yako wewe nimetengana na wanawake na masuria wangu wote. Nimebaki na wewe tu nikupendaye kuliko mwanamke mwingine yeyote duniani. Ni wewe tu ndiye niwezaye kuishi naye kwa raha na kwa furaha. Na hakuna chochote kiwezacho kuikamilisha furaha yangu kama kusikia sauti yako japokuwa neno moja tu. Lakini unawezaje kuongea nami ilhali wewe ni bubu na kiziwi? Ukimya wako, hakika, unanitia huzuni sana baada ya jitihada zangu zote za kukusemesha kwa muda wa mwaka mzima kushindikana. Kama huwezi kusema, naomba Mwenyezi Mungu Akujaaliye unipatie japokuwa mtoto mmoja tu wa kiume wa kuirithi milki yangu, kwani kadiri siku zinavyokwenda, ndivyo umri nao unavyokwenda, nami ninavyozeeka. Nahitaji mwana wa kunipunguzia mzigo wa kulivaa taji langu. Ningependa sana kusikia sauti yako. Hapa nilipo kuna kitu kinachoniambia kuwa wewe si bubu. Kwa hiyo, nakusihi, mpenzi wangu, nuru ya macho yangu, vunja mwiko mrefu wa ukimya ulio nao; sema nami japokuwa neno moja tu; baada ya hapo nitakuwa radhi kufa!"

Wajakazi Wakimtumbuiza Mfalme na Yule Msichana

Yule msichana aliyekuwa na tabia ya kutazama chini wakati wote, alinyanyua kichwa, akamtazama Mfalme, akatabasamu. Mfalme kuona vile, alihisi kana kwamba umeme umekiangaza kile chumba! Alishangaa huku amejaa furaha! Ndipo yule msichana alipotamka, "Seyyid yangu, baada ya kuvunja mwiko wa ukimya wangu, sina budi kukuambia kuwa nina mengi ya kukuambia, Seyyid yangu, lakini sijui nianzie wapi. Walakini, sina budi kwanza kukushukuru kwa kunistahamilia na kwa wema na heshima uliyonifanyia. Nakuombea kwa Mwenyezi Mungu kila la kheri na mafanikio. Insha-Allah Mwenyezi Mungu Atakuepusha maovu ya maadui zako, usidhurike baada ya kusikia mimi nikisema. Mwenyezi Mungu Akupe umri mrefu, amin.

Baada ya hayo, Seyyid yangu, aliendelea yule msichana, "sina la kuweza kukuridhisha zaidi isipokuwa kukuarifu kuwa mimi, hapa nilipo, ni mja mzito; siwezi kubashiri kuwa nitajifungua mtoto wa kiume, kwani hilo alijualo ni Mwenyezi Mungu tu. Namwomba Mwenyezi Mungu, kama upendavyo, Anijaaliye nijifungue mtoto wa kiume. Kama nisingeshika mimba, sina budi kukuambia ukweli, Seyyid yangu, kuwa nisingekupenda wala nisingesema nawe, bali ningebaki kimya. Lakini sasa nakupenda kuliko kitu kingine chochote duniani!"

Mfalme wa Ajemi aliposikia kauli ya yule msichana, na kwamba ni mja mzito wa mtoto wake, alimkumbatia kwa mapenzi, akasema, "*Nurul uyuni*, hakuna jambo lililonifurahisha katika maisha yangu kama kukusikia ukisema nami na kunibashiria kuwa u mjamzito mambo ambayo aslan sikuyatazamia. Yote hayo yamenifurahisha kupita kiasi! Namshukru Mwenyezi Mungu."

Kwa furaha aliyokuwa nayo, Mfalme wa Ajemi alinyanyuka, akatoka haraka mle ndani, akaenda kukikalia kiti chake cha enzi, akamwamrisha Waziri wake Mkuu, kwa kumshukuru Mwenyezi Mungu, awagawiye sadaka *maulamaa,* maskini na yatima wote wa jiji lake. Halafu alirudi ndani kwa yule msichana, akamkumbatia tena, akamwambia, "Ewe, mpenzi wangu, kwa nini ulikuwa kimya vile kwa muda wa mwaka mzima ingawa nilijaribu kila njia ya kukusemesha?"

"Seyyid yangu," alijibu yule msichana, "ujue kuwa mimi ni mtumwa niliyetenganishwa mbali na kwetu, na niliyejaa huzuni kwa kutenganishwa mbali na mpenzi mama yangu, ndugu yangu, jamaa zangu, na rafiki zangu. Je, jambo hilo halitoshi kuwa ni sababu ya mtu kuwa kimya jambo ulilolionа wewe ni geni? Sisi, kwetu, mapenzi ya nchi ni sawa na mapenzi ya wazazi, ndugu na jamaa. Na kutokuwa na uhuru ni jambo lisiloungwa mkono na yeyote mwenye akili timamu. Kiwiliwili cha mwanadamu kinaweza kikafanywa mtumwa, lakini hakuna kabisa awezaye kuiteka azma ya mtu. Hiyo, siku zote, iko huru kama ulivyothibitisha kwangu wewe mwenyewe, Seyyid yangu. Ni ajabu kwamba sikufuata mifano ya wengi ambao hawakuwa na bahati wakatoa roho zao wao wenyewe ili zisimilikiwe na yeyote kwa sababu ya kutokuwa na huru."

Akikubaliana na kauli ya yule msichana, Mfalme Shahriman alitamka, "Mpaka sasa nilikuwa na maoni kwamba, mwanamke mzuri kama wewe, ukibahatika kuwa mtumwa wa Mfalme, utashukuru na kufurahi kuliko kuingia mikononi mwa mtu mwingine!"

"Seyyid yangu," alijibu yule msichana, "kwa kila ilivyo, hakuna Mfalme yeyote duniani aliyeweza kumiliki azma ya mwanamke. Kama ametoka katika tabaka ya chini, huenda akashawishika, akampenda Mfalme; lakini kila akikumbuka kuwa yeye ni mtumwa tu aliyetenganishwa na wazazi wake na wale wengine awapendao, kifo tu ndicho kitu kitakachoweza kumpa uhuru."

Mfalme wa Ajemi alistaajabu sana kusikia kauli hii kutoka kwa yule msichana, akamwambia, "Kutokana na kauli yako hiyo, tuseme wewe ni wa ukoo wa kifalme? Nakusihi, nifunulie ukweli wa siri yako nijue mara moja wazazi wako waliojaaliwa kuwa na binti kama wewe; ndugu zako, na dada zako, na jamaa zako ni nani."

"Seyyid yangu," alijibu yule msichana, "jina langu mimi naitwa Gulnar wa Baharini, na baba yangu, ambaye amekwisha fariki dunia, alikuwa ni mmoja wa wafalme mashuhuri wa baharini. Alipofariki, ufalme wake alimwachia kaka yangu anayeitwa Saleh, na Malkia mama yangu ambaye, na yeye pia ni binti Mfalme wa Mfalme wa baharini, aliyejulikana sana. Sisi sote tulifurahia maisha ya amani na ya utulivu katika ufalme wetu mpaka siku moja Mfalme mmoja jirani aliyetuonea wivu, alitushambulia kwa jeshi kubwa. Sisi, kwa bahati nzuri, na viongozi wengine wachache, tuliweza kuokoka. Walakini, kaka yangu aliweza kukusanya jeshi jingine, akamshambulia tena yule Mfalme aliyeiteka milki yetu, akamshinda.

Siku moja kaka yangu aliniita, akaniambia kuwa, baada ya yale yaliyotokea, ni kheri kama nitaolewa. Alisema kuwa, kwa ile hali tuliyokuwa wakati ule, hakuna uwezekano wa kunipatia mchumba wa kunifaa kutoka katika Wafalme wa baharini; akapendekeza niolewe na Mwana Mfalme yeyote wa nchi kavu.

Kauli hii ya ndugu yangu ilinikasirisha sana nikamkumbusha kuwa mimi ni binti Mfalme wa baharini, na kwamba sikuwa na nia yoyote ya kutaka kuolewa na Mfalme au na Mwana Mfalme wa nchi kavu aliye wa tabaka ya chini yangu. Nilimwambia kuwa, akisisitiza na kunilazimisha, nitatengana naye kuliko kufuata ushauri wake.

Aliposisitiza kuwa nchi kavu pia kuna Wafalme wazuri kama wa baharini, mimi nilikasirika, nikatoka baharini, nikaenda kwenye kisiwa kimoja kinachoitwa Kisiwa cha Mbalamwezi. Niliridhika kuishi huko peke yangu. Walakini, ingawa nilijihadhari sana, siku moja, wakati nilipokuwa nimelala, alitokea bwana mmoja mwenye cheo, aliyeongozana na watumishi wake, akanichukua mpaka nyumbani kwake. Alisema ananipenda, akajaribu kunipendeza kwa kila njia, lakini hakufanikiwa. Alipoona simtaki kwa hiyari, alijaribu kunishika kwa nguvu lakini alishindwa. Ndipo aliponiuza kwa yule mfanyabiashara uliyeninunua kutoka kwake. Huyo alikuwa mwungwana mwema mwenye heshima na huruma. Wakati wote ule wa safari zetu, hakujaribu hata kidogo kunigusa wala kunivunjia heshima. Na wewe, Seyyid yangu, kama usingewaacha wanawake wako wote kwa ajili ya kunipenda mimi peke yangu, mapenzi ambayo nakiri ni ya kweli, sisiti kukuambia kuwa aslan nisingebaki nawe. Ningejirusha kutoka pale dirishani na kujitosa baharini kwenda kumsaka mama yangu, kaka yangu, na jamaa zangu wengine ambao, wangeona nina mimba, wasingeamini kuwa mimi nilikuwa mtumwa wa Mfalme! Siku zote wangefikiri kuwa nimefanya kosa kubwa dhidi ya heshima yangu. Hivi sasa, nikijifungua mtoto wa kiume au wa kike, nakuahidi kuwa aslan sitatengana nawe. Natumaini hutanifikiria tena kuwa mimi ni mtumwa, bali utanichukua kama binti Mfalme anayekustahili."

Binti Mfalme Gulnar alipojitambulisha kwa Mfalme Shahriman wa Ajemi, na kumweleza kisa chake, Mfalme alisema, "L'azizi nikupendaye, ajabu iliyoje hii ya kusikia kisa chako cha ajabu! Nakushukuru sana kwa kuniambia yote yale uliyoniambia.

Nilikupenda kabla sijajua kuwa wewe ni binti Mfalme; na hivi sasa nakupenda zaidi mara elfu kadhaa kujua kuwa wewe u binti Mfalme! Toka leo wewe si binti Mfalme, bali ni Malkia wangu wa Ajemi! Na kwa cheo hicho, hivi karibuni, utatangazwa katika milki yangu yote. Kuanzia kesho utatunukiwa rasmi cheo hicho kwenye makao yangu makuu kwa sherehe ambazo bado hazijashuhudiwa katika milki yangu kwa kutangazwa kuwa wewe ni Malkia wangu na mke wangu halali. Yote haya yangetekelezwa zamani kama ungeniarifu mapema wewe ni nani!

"Ili kuiridhisha shauku niliyo nayo, ewe nuru ya macho yangu," aliendelea Mfalme Shahriman, "nakusihi unieleze mengi zaidi juu ya ufalme na watu wa baharini wasiojulikana nasi wa nchi kavu. Niliwahi kusikia kuwa kuna watu waishio baharini lakini sikuamini; nilifikiri ni ngano tu za watu. Lakini kwa hayo uliyonieleza wewe, nimehakikisha kuweko kwa watu waishio baharini, wewe mwenyewe ukiwa ni thibitisho kamili. Walakini, kuna jambo moja linalonitatanisha ambalo ningependa kukuuliza. Siwezi kukisia jinsi inavyowezekana kuishi majini bila kufa maji! Sisi tuna watu wanaoweza kubaki majini kwa muda mfupi ambao, wasipoibuka juu na kupumua, watakufa maji mara moja."

"Seyyid yangu," alijibu Gulnar, "kwa furaha nyingi, niko tayari kumridhisha Mfalme wa Ajemi. Sisi," aliendelea Gulnar, "kwa kukuarifu, tunaweza kutembea kwa urahisi ndani ya bahari kama mwezavyo nyinyi kutembea nchi kavu; na tunaweza kupumua majini kama mpumuavyo nchi kavu. Zaidi ya hayo, sisi tunaweza kupumua majini kama mfanyavyo nyinyi hewani. Kwa hiyo, badala ya kufa kwa ukosefu wa hewa kama nyinyi, sisi hatuna matatizo hayo, kwani hayo ni maisha yetu. Ajabu zaidi ni kwamba maji hayaloweshi nguo zetu. Kwa hiyo, tukitaka kutembea nchi kavu, hatuna haja ya kuzikausha nguo zetu. Zaidi ya hayo, lugha yetu ni sawa na yale maandishi yaliyoandikwa kwenye muhuri wa mtume Suleiman bin Daud."

"Napenda kuongeza, bila kusahau kuwa, maji hayatuzuii tusione, kwani tunaweza kuyafungua macho majini bila tatizo lolote. Na kwa kuwa macho yetu yana nguvu ya kuweza kuona mbali, tunaweza kuona bayana chochote kilichomo kwenye kina au lindi la bahari.

Vilevile tuna usiku na mchana; jua linatupa mwangaza; na usiku tunafaidi mbalamwezi. Hata sayari nyingine tunaziona vizuri majini."

"Naam, nimeshakuambia mengi ya kutosha kuhusu ufalme wetu. Kwa kuwa, walakini, bahari ina nafasi zaidi kuliko nchi kavu mnakoishi nyinyi, kuna falme nyingi zaidi zilizogawanyika katika mikoa, na kila mkoa una miji yenye wakazi wake wengi. Kifupi ni kwamba, tuna mataifa tofauti na desturi mbalimbali kama mlivyo nayo nyinyi nchi kavu."

"Makasri ya Wafalme na ya wana wafalme ni makubwa, mazuri na ya kifahari. Mengi yamejengwa kwa marmaru za rangi tofauti, mengine yamejengwa kwa mawe magumu ya majabali yaliyojaa baharini. Baharini kumejaa johari nyingi kama lulu, *matumbawe,* na vito vingine vya thamani kama vile dhahabu, fedha, na namna nyingine nyingi kuliko nchi kavu. Kuna lulu kubwa kubwa kuliko lulu ya aina yoyote zilizowahi kuonekana nchi kavu na zenye thamani isiyokisika.

"Kwa kuwa tunaweza kusafiri majini kwa kasi sana, hatuhitaji usafiri wa vyombo vya kukokotwa na wanyama. Hata hivyo, Mfalme ana farasi wake wa baharini wasiotumiwa mara kwa mara isipokuwa wakati maalumu au wakati wa sherehe fulanifulani.

"Kuna mengi ya kukueleza, Seyyid yangu, kuhusu maisha ya ndani ya bahari, lakini ni kheri niyaache mpaka siku za mbeleni. Walakini, jambo muhimu ninalotaka kukueleza ni lile la kujifungua lililo tofauti na jinsi kina mama waja wazito wa nchi kavu wanavyojifungua. Hivyo basi, mimi siwezi kujiamini na wakunga wa nchi hii."

"Kwa kuwa kujifungua kwangu kunatuhusu sote wawili, kwa idhini yako, Seyyid yangu, nafikiri ni jambo bora na la usalama zaidi kwangu kama tutawaita mama yangu na ndugu zangu wa kike waje wanisaidie wakati wa kujifungua kwangu. Ningependa sana vilevile kuonana na kaka yangu Mfalme Saleh ili tupatane mintaarafu ule ugomvi wetu. Bila shaka watafurahi sana kuniona tena, hasa watakaposikia kuwa mimi ni mke wa Mfalme mkuu wa Ajemi. Kwa hiyo, nakusihi, Seyyid yangu, unikubalie ombi langu hili. Bila shaka watafurahi sana kukutana nawe na kutoa shukrani zao za heshima kwako."

"Mpenzi wangu," alijibu Mfalme wa Ajemi, "wewe ni Malkia. Fanya upendavyo; nitafurahi sana kukutana nao na kuwapa heshima wanayoistahili. Sijui utawaitaje na kuwaarifu uyatakayo, na ni lini watafika ili nitoe amri ya kujitayarisha kuwapokea na kukutana nao."

"Seyyid yangu," alijibu Malkia Gulnar, "hakuna haja ya matayarisho na sherehe za aina yoyote. Watawasili hapa hivi karibuni. Na kama, Seyyid yangu, utajificha katika kabati na kuwachungulia kutoka humo, utashuhudia jinsi watakavyowasili."

Mara tu Mfalme alipoingia kabatini, Malkia Gulnar alimtuma mmoja wa wajakazi wake aende akamletee chetezo chenye makaa ya moto. Alipomletea, alimwambia yule mjakazi aende zake halafu alifunga mlango. Alipokuwa peke yake, alichukua kipande cha udi kutoka katika kijaluba, akakitia mle motoni. Moshi ulipoanza kufuka, Gulnar alirudia maneno yasiyojulikana wakati Mfalme wa Ajemi akimwangalia kutoka mle kabatini. Kwani lile kabati lilikabili dirisha lililokuwa upande wa bahari ambako aliweza kuona chochote kinachotokea na yale aliyokuwa akiyafanya Gulnar.

Kwa mbali kule baharini, Mfalme aliona bahari ikitengana, na mara alitokea kijana mmoja mrefu mwenye sura ya kupendeza, na nyuma yake akifuatwa na mwanamke wa kuvutia mwenye umri wa makamo akiongozana na wasichana wengine watano wa kupendeza kama Malkia Gulnar.

Mara ileile Malkia Gulnar alielekea kwenye moja ya yale madirisha, akamwona Mfalme kaka yake, Malkia mama yake mzazi, na jamaa zake wengine wa kike ambao wote walimwona. Wote walionekana wakitembea juu ya mawimbi ya bahari. Walipofika ukingoni, wote walirukia ndani ya kasri kwa kupitia dirishani. Mfalme Saleh, mama Malkia, na wale jamaa zake wengine wa kike walimkumbatia Gulnar kwa furaha na kwa mapenzi huku machozi yakiwatiririka machoni.

Wote Walionekana Wakitembea Juu ya Bahari

Malkia Gulnar alipowapokea wote kwa heshima walizostahili, aliwakalisha kwenye makochi, mama Malkia alimwambia Gulnar, "Binti, nimefurahi kupita kiasi kukuona tena baada ya kutengana nawe kwa muda mrefu sana; na nina hakika kaka yako na ndugu zako hawa wengine hali kadhalika wamefurahi pia kukuona. Kuondoka kwako, bila kumwarifu yeyote, kumetutia wasiwasi na huzuni nyingi sana; na huwezi kukisia jinsi tulivyotokwa machozi kwa sababu yako wewe. Hatujui sababu iliyokufanya uchukue ile hatua uliyoichukua isipokuwa labda ile tuliyoambiwa na kaka yako kuhusu yale mazungumzo kati yenu. Ushauri aliokupa wakati ule ulionekana wa manufaa kwako. Sasa tuyasahau yaliyopita; tukiyafufua, yatatuhuzunisha na kuzusha tunayotaka kuyasahau. Hebu sasa tueleze yote yale yaliyokupata toka ulipoondoka kwetu, na hali yako ya sasa, hasa tuarifu kama umeolewa au la."

Gulnar alijitupa miguuni pa mama yake, akambusu mkono, akamwambia, "Mama mpenzi, nakiri nimefanya kosa, na nakushukuru kwa kunisamehe kwa kufanya kosa hilo. Nitakalokuambia sasa, mintaarafu swali lako, litakuthibitishia kuwa wakati mwingine si rahisi kuepuka chuki kwa sababu ya jambo fulani. Mimi mwenyewe nimeyashuhudia hata yakanifikisha hapa nilipo." Halafu alimsimulia mama yake masaibu yote yaliyompata toka alipotoka kwao baharini, akafika nchi kavu, mpaka akauzwa kwa Mfalme wa Ajemi ambamo sasa yumo katika kasri lake.

"Dada," alisema kaka yake Mfalme Saleh, "umefanya kosa kubwa hata ukastahili kupata mateso yote hayo yaliyokushusha hadhi; huwezi kumlaumu yeyote bali kujilaumu mwenyewe. Mimi sina budi kusema kuwa nakusifu kwa kuyahimili yote hayo uliyokumbana nayo. Sasa una uwezo wa kujisalimisha. Nyanyuka ufuatane nasi, urudi kwenu kwenye ufalme wangu niliourudisha kwa kumshinda yule adui aliyeuteka."

Mfalme wa Ajemi, aliyekuwa akiwasikiliza, aliposikia maneno haya, alishtuka, akajiambia, "Ah, nimeangamia! Kama Malkia wangu Gulnar akiiukubali ushauri huu, hakika nitakufa, kwani siwezi kuishi bila yeye!"

Lakini Malkia Gulnar alimtuliza roho aliposema, "Kaka, hayo uliyoyasema yamenithibitishia mapenzi yako kwangu. Lakini mtu aliyeninunua, mtawala wa nchi hii, si tu ni Mfalme mkuu aliye tajiri, mwenye nguvu anipendaye sana na anitimizaye kila nilitakalo; bali ni mcha Mungu niliyeridhika naye na niishiye naye kwa raha na kwa furaha. Kutengana naye, nina hakika, kutamwua, kwani ananipenda kupita kiasi kama nimpendavyo mimi. Mimi ni mke wake ambaye hivi majuzi alinitangaza Malkia wake. Zaidi ya hayo, mimi ni mja mzito, na Mwenyezi Mungu Akinijaalia, naomba nimzalie mtoto wa kiume wa kuirithi milki yake. Kwa hiyo, kaka yangu," aliendelea Malkia Gulnar, "badala ya kufuata pendekezo lako, unaona nina sababu zote za kumpenda mume wangu, Mfalme wa Ajemi. Natumaini wewe na mama na hawa ndugu zangu hamtapinga uhusiano nilio nao na Mfalme wa Ajemi ambao utajenga pia uhusiano mwema na falme za baharini. Samahani kwa kuwasumbua kutoka katika lindi la bahari kuja huku kuwaeleza hayo niliyowaeleza. Lakini mjue kuwa nimefurahi sana kuwaona tena baada ya kutengana nanyi kwa muda mrefu ule."

"Dada," alijibu Mfalme Saleh, "pendekezo langu la wewe kurejea nasi, lilikuwa la kukupenda na jinsi mimi ninavyokuheshimu, na kwamba hakuna ninalolithamini zaidi kuliko kukuona wewe ukiwa katika hali na maisha ya furaha. Mimi siwezi kuipinga ndoa ya halali unayoistahili baada ya yale uliyotuambia juu ya mumeo Mfalme wa Ajemi; na ninaamini, Malkia mama yetu, atakuwa na maoni kama hayo yangu."

Mama Malkia aliunga mkono kauli ya mwanawe, akaendelea kumwambia Gulnar, "Binti yangu, nimefurahi kujua kuwa umeridhika na maisha ya hapa; na sina jingine la kuongeza yale aliyoyasema kaka yako. Mimi ningekuwa wa kwanza kukulaani kama hukutueleza shukrani anazostahili Mfalme wa Ajemi kwa yale mema aliyokutendea na jinsi anavyokupenda sana."

Mfalme wa Ajemi, aliyekuwa na wasiwasi wa kumpoteza Malkia wake, alifurahi sana kusikia yale yaliyosemwa na Gulnar. Sasa hakuwa na shaka yoyote juu ya mapenzi ya Gulnar baada ya kutamka wazi yale aliyoyasema.

Wakati Mfalme wa Ajemi alipokuwa akiwaza hayo ya furaha, Malkia Gulnar alipiga makofi, na mara ileile wajakazi wake waliingia, akawaamrisha waandae maakuli. Chakula kilipokuwa tayari, mama yake, kaka yake Mfalme Saleh, na wale jamaa zake wengine wa kike, walialikwa wale. Hapo wakakumbuka kuwa wamo katika kasri la Mfalme mkuu ambaye bado hawajamwona wala hawajamsikia, na kwamba si heshima nzuri kula nyumbani mwake bila yeye mwenyewe kuweko. Jambo hili liliwafanya wabadilike rangi ya nyuso, na katika ile hali waliyokuwamo, macho yao yaligeuka yakawa mekundu, yakaonekana kana kwamba yanatoka moto, wakapumua moto puani na midomoni!

Jambo hili la kutotazamiwa, ambalo Mfalme wa Ajemi alikuwa bado hajaliona, lilimfanya ashtuke awe na wasiwasi. Malkia Gulnar, aliyeyategemea hayo, na aliyejua sababu za jamaa zake, alinyanyuka kutoka pale alipoketi, akawaambia jamaa zake atarudi sasa hivi. Alielekea moja kwa moja mpaka kule kabatini alimokuwamo Mfalme Shahriman aliyekuwa akistaajabu, akamwambia, "Seyyid yangu, nina hakika umefurahi kwa yale niliyoyasema. Kama nisingekuwa mtu wa shukrani, ningeongozana na jamaa zangu nikarejea kwetu."

"Ah, Malkia wangu," alitamka Mfalme wa Ajemi kwa furaha huku machozi yakimlengalenga machoni, "usizungumzie tena jinsi unavyopaswa kunishukuru mimi kwa yale niliyokutendea. Mimi ndiye ninayekushukuru!"

"Ah, Seyyid yangu," alijibu Gulnar, "nionavyo mimi, sikufanya la kutosha kustahili shukrani zako, nikikumbuka tu yote yale uliyonifanyia. Sasa tuyaache hayo; niache nikuhakikishie shukrani na heshima unayopewa na Malkia mama yangu na Mfalme kaka yangu na jamaa zangu. Wote wana hamu kubwa sana ya kutaka kukuona. Mimi nilitaka kuwaandalia karamu maalumu kabla sijawajulisha kwako, lakini wanataka kuonana nawe sasa watoe shukrani na heshima zao kwako. Kwa hiyo, nakusihi, Seyyid yangu, uwafanyie heshima hiyo ukutane nao sasa, jambo ambalo litawafurahisha kupita kiasi."

"Bibiye," alisema Mfalme wa Ajemi, "nitafurahi sana kukutana na jamaa zako wenye heshima; lakini sina budi kukiri kuwa nilitishika sana na ule moto uliotoka vinywani na puani mwao!"

"Seyyid yangu," alijibu Gulnar huku akicheka, "huna haja ya kuogopa ule moto ambao si kitu kingine chochote isipokuwa ni dalili ya kutokula katika kasri lako wakati wewe mwenyewe hushiriki katika maakuli hayo!"

Mfalme wa Ajemi, akitiwa nguvu na kauli hii, alinyanyuka, akaongozana na Malkia Gulnar, akamjulisha kwa mama yake, Mfalme kaka yake, na kwa wale jamaa zake wengine ambao, mara tu walipomwona Mfalme wa Ajemi, walijitupa miguuni pake wakiinamisha vichwa chini kwa heshima. Mfalme wa Ajemi aliwakimbilia, akawanyanyua, akawakumbatia mmoja mmoja. Wote walipoketi, Mfalme Saleh alimwambia Mfalme Shahriman, "Seyyid yangu, hatuna maneno ya kuweza kueleza furaha tuliyo nayo, tukifikiri Malkia, dada yangu, katika kile kitendo chake cha kuondoka kwao bila taarifa, atakuwa na furaha kwa kulindwa na Mfalme mtukufu kama wewe. Tunakuhakikishia hastahili daraja uliyomweka. Sisi, siku zote, tulimpenda bila kukisia kuwa siku moja hataolewa na Mfalme wa baharini. Walakini, ameandikiwa na Mola kuolewa nawe; na sisi hatuna njia nyingine yoyote ya kuonyesha shukrani zetu kwa hisani uliyomfanyia isipokuwa kukuombea kwa Mwenyezi Mungu kila la kheri na umri mrefu uishi naye kwa furaha."

"Hakika," alijibu Mfalme Shahriman, "Mwenyezi Mungu Aliandika mimi nimpendaye kwa moyo wangu wote, niwe naye. Mimi bado sijampenda mwanamke mwingine yeyote kama nimpendavyo Gulnar. Sina kauli ya kumshukuru Malkia mama yake, au wewe Mwana Mfalme kaka yake, kwa ukarimu wenu wa kunipokea kama jamaa yenu na kuwa mmoja wenu."

Baada ya kutamka maneno hayo, Mfalme Shahriman aliwakaribisha kwenye maakuli yaliyoandaliwa. Mfalme aliendelea kuongea nao mpaka wakati wa kwenda kupumzika ulipowadia. Hapo Mfalme wa Ajemi aliwasindikiza vyumbani mwao walimotayarishiwa vitanda maalumu vya kulalia.

Basi Mfalme wa Ajemi aliendelea kuwakirimu wageni wake kwa karamu na tafrija mbalimbali mpaka Malkia Gulnar alipokuwa tayari kujifungua. Hapo Mfalme wa Ajemi alitoa amri kila kitu kinachohitajika kwa shughuli zile kitayarishwe. Wakati ulipowadia, kwa furaha ya Malkia mama yake aliyemsaidia, Gulnar alijifungua mtoto wa kiume, akamkabidhi baba yake. Mfalme wa Ajemi alimpokea mwanawe kwa furaha isiyokuwa na kifani. Kwa kuwa yule mwana Mfalme mpya alikuwa na sura nzuri ya kuvutia, baba yake aliona jina analostahili ni Badar Basim ambalo, kwa Kiarabu, lina maana ya Mwezi Mpevu.

Karamuni

Kwa kuonyesha shukrani zake, Mfalme wa Ajemi alitoa sadaka kwa maskini, akawaachia huru wafungwa na watumwa wake wote; akagawa fedha kwa vyama maalumu, kwa wafanyakazi, halafu akatangaza sikukuu ya siku kadhaa kusherehekea kuzaliwa kwa mwanawe huyo.

Siku moja, baada ya Malkia kupata nguvu kutokana na kule kujifungua kwake, Mfalme wa Ajemi, Gulnar, mama Malkia, Mfalme Saleh, na jamaa zake Malkia Gulnar, walikuwa wakiongea katika chumba cha Gulnar wakati yaya alipoingia ndani amembeba Mwana Mfalme mdogo Badar Basim. Mara tu alipomwona, Mfalme Saleh alimchukua mpwa wake, akamkumbatia, akambusu mashavuni kuonyesha jinsi anavyompenda yule mtoto. Alizungukazunguka naye mle chumbani, akimrusharusha juu juu. Ghafla alielekea naye kule kwenye lile dirisha lililokuwa wazi lililoelekea baharini, akaruka naye nje, akatumbukia naye baharini!

Mfalme Shahriman, ambaye hakutazamia jambo lile, akidhani mwanawe ama hatamwona tena ama atakufa maji, alishtuka na kuingiwa na khofu. Ndipo Malkia Gulnar (kwa sauti ya upole na ya kumtuliza roho), alipomwambia, "Seyyid yangu, usiwe na wasiwasi wowote; Badar Basim ni mwanangu kama alivyo mwanao. Mimi, kama unavyoona, simwogopei wala sina sababu ya kufanya hivyo, kwani najua kuwa hayumo katika hatari yoyote. Hivi karibuni utamwona Mfalme mjomba wake akitokea naye tena baharini na kumrudisha hapa salama salimini. Japokuwa ana damu yako, ana na yangu pia! Kwa hiyo, atafaidika kuwa sawa na mjomba wake na sawa na wewe baba yake. Ataweza kuishi baharini bila tatizo lolote kama atakavyoishi nchi kavu kama wewe!"

Kauli hii iliungwa mkono na mama Malkia na wale jamaa zake Gulnar waliokuwa pale. Hata hivyo, yote hayo hayakumtuliza roho Mfalme wa Ajemi mpaka alipomwona tena mwanawe Badar Basim akirejeshwa na mjomba wake.

Baada ya muda, bahari ilichafuka, na mara aliibuka Mfalme Saleh huku amembeba mpwa wake, Mwana Mfalme Badar Basim, akaingia naye tena dirishani. Mfalme wa Ajemi alifurahi sana kumwona tena mwanawe akiwa ametulia kama alivyokuwa awali. Mfalme Saleh akamwambia Mfalme wa Ajemi, "Natumaini, Seyyid yangu, hukuwa na khofu wakati uliponiona nikitumbukia na mpwa wangu baharini!"

"Kusema kweli," alijibu Mfalme Shahriman, "huwezi kukisia jinsi nilivyohisi! Nilifikiri nimeshampoteza mwanangu; lakini sasa roho imenitulia kwa kumrudisha kwako!"

Mfalme Saleh Akimbeba Mpwa Wake

"Nilikisia hayo," alisema Mfalme Saleh, "japokuwa hukuwa na sababu yoyote ya kufikiri mwanao atakabili hatari. Kwani, kabla sijaingia naye baharini, nilimsomea maneno fulani yaliyoandikwa kwenye muhuri wa Mfalme Suleiman bin Daud. Tunawatambikia watoto wetu wote wanapozaliwa baharini ili wawe na uwezo wa kuishi baharini na nchi kavu vilevile. Kama ulivyoshuhudia, Seyyid yangu, unaweza kukisia faida anayopata mwanao, Mwana Mfalme Badar Basim, kwa kuzaliwa na Gulnar: kwani kadiri atakavyoishi, na kwa muda wowote, ataweza kujitosa na kuzama baharini kushuhudia falme mbalimbali zilizoko huko chini ya bahari kama atakavyoishi maisha ya nchi kavu."

Baada ya kutamka hayo, Mfalme Saleh, alimkabidhi yule yaya Mwana Mfalme Badar Basim, alifungua kisanduku alichokwenda kukichukua katika kasri lake wakati ule mfupi alipotoweka, kilichojaa almasi mia tatu zenye ukubwa wa mayai ya njiwa, pamoja na idadi kubwa ya yakuti kubwakubwa, na mikufu ya zumaridi, pamoja na ya lulu, kila mmoja wenye urefu wa futi kumi.

"Seyyid yangu," alimwambia Mfalme wa Ajemi, akimkabidhi kile kisanduku, "wakati nilipoitwa na dada yangu Malkia, sikujua sehemu aliyoko huku nchi kavu, wala hatukujua kuwa ametunukiwa heshima ya kuolewa na Mfalme mkuu. Hivyo basi, hatukuweza kuja na zawadi yoyote. Kwa kuwa hatuwezi kukushukuru vya kutosha kwa wema uliomfanyia Gulnar, nakusihi, tafadhali, pokea zawadi hii ndogo kuthibitisha shukrani zetu za dhati."

Ni vigumu kueleza jinsi Mfalme wa Ajemi alivyostaajabu kuona utajiri ule uliokuwa ndani ya kile kisanduku, akamwambia Mfalme Saleh kwa mastaajabu makubwa, "Mwana Mfalme, hii unaiita zawadi ndogo kwa yale niliyomtendea dada yako wakati mimi sikumtendea lolote la kustahili utajiri huu?! Narudia tena, hamwajibiki hata kidogo kunilipa mimi chochote. Mimi nashukuru kwa nyinyi kukubali mimi nianzishe uhusiano nanyi!

"Bibiye," aliendelea Mfalme wa Ajemi akimgeukia Gulnar, "Mfalme kaka yako amenitia katika hali ngumu. Ningemwomba msamaha kwa kukataa kupokea zawadi yake kama siogopi atahisi vibaya!"

"Seyyid yangu," alijibu Mfalme Saleh; "sishangai hata kidogo kuona kuwa umeshangazwa na zawadi hii isiyokuwa ya kawaida. Najua kuwa nyinyi mwishio nchi kavu hamjapata kuona vito vya namna hii na vya wingi huu. Kama ungejua, kama nijuavyo mimi, kule vitokako na kwamba naweza kuwa na hazina kubwa kuliko hazina za wafalme wote wa dunia hii kavu, usingestaajabu sisi kukupa zawadi ndogo kama hii. Kwa hiyo, nakusihi usiichukulie hii kama zawadi kubwa, bali uifikirie tu kama ni zawadi ndogo kwa kuipokea."

Kauli hii ilimfanya Mfalme wa Ajemi aipokee ile zawadi na kutoa shukrani nyingi kwa Mfalme Saleh na kwa Malkia, mama yake.

Baada ya siku chache, Mfalme Saleh alimwarifu Mfalme wa Ajemi kuwa, Malkia mama yake, angefurahi sana kukaa nao siku zote; lakini kwa kuwa ameondoka siku nyingi kwenye ufalme wao, ambako wanahitajika, walimwomba awasamehe kwani yeye na mama yake hawana budi kumwaga yeye na Malkia Gulnar. Mfalme

Shahriman aliwaambia anasikitika sana kwa kutoweza kuwatembelea baharini, lakini, aliongeza, "Natumaini nyinyi hamtamsahau Gulnar na kwamba mtakuja mara kwa mara kutuona."

Wakati wa kuagana, machozi yalitiririka kwa wingi kutoka pande zote. Wa kwanza kuondoka alikuwa Mfalme Saleh. Mama yake na wale ndugu zake wengine wa kike wa ukoo wa kifalme, iliwabidi watumie nguvu kutoka katika makumbatiano ya Gulnar ambaye hakutaka hata kidogo kutengana nao.

Badar Basim alilelewa na kuelimishwa vizuri katika kasri la baba yake huku akilindwa na wazazi wake ambao waliona jinsi mtoto wao alivyokuwa akikua, na uzuri wake ulivyokuwa ukiongezeka kwa ridhaa yao. Walizidi kumpenda kuona jinsi alivyokuwa mcheshi na mwenye tabia nzuri kwa sababu, mara kwa mara, mjomba wake, Mfalme Saleh, Malkia nyanya yake, na wale jamaa zake wengine wa ukoo wa kifalme, waliwatembelea. Ilikuwa rahisi kumfundisha kusoma na kuandika, na alijifunza kwa urahisi taaluma nyingine yoyote iliyompasa Mwana Mfalme kuijua.

Alipofikisha umri wa miaka kumi na mitano, Badar Basim alihitimu taaluma mbalimbali hata akawashinda walimu wake. Mfalme baba yake, aliyegundua ujuzi wa mwanawe toka udogoni - ujuzi unaompasa Mwana Mfalme kuujua na jinsi umri wake nao unavyozidi kuendelea, alipendekeza kumkabidhi madaraka ya ufalme. Na haikuwa vigumu kuishawishi majlis yake kuafiki pendekezo lake hilo bali walilipokea kwa furaha, kwani walijua kuwa Mwana Mfalme Badar Basim alistahili kuwatawala. Na kwa kuwa Mfalme Shahriman, kwa muda mrefu, hakutokea hadharani, wanamajlis waliweza *kumshufu* na kumdurusu vizuri Badar Basim na kutambua kuwa hakuwa na tabia ya kiburi na ya majivuno waliyonayo wana wafalme wengi ya kuwadharau walio chini yao. Kinyume ni kwamba, Badar Basim walimwona ni kijana mwenye kuwahudumia raia wote bila mapendeleo wala ubaguzi, na kwamba alisisitiza kuwa malalamiko ya yeyote mwenye jambo fulani, yafikishwe kwake; na yeye aliwashughulikia kwa upole bila kumnyima yeyote haki aliyoistahili.

Basi siku ya kumvisha taji ilitangazwa, na ilipowadia, mbele ya halaiki ya watu, baba yake, Mfalme Shahriman, alinyanyuka kutoka kwenye kiti chake cha enzi, akaichukua taji yake kutoka kichwani pake, akamvisha mwanawe Badar Basim, akamkalisha kwenye kiti cha enzi, akaubusu mkono wake kama dalili ya kumkabidhi mwanawe ufalme. Halafu Mfalme Shahriman alikwenda akajiunga na kundi la Mawaziri na Maamiri waliokuwa chini ya kile kiti cha enzi.

Mara ileile Mawaziri, Maamiri, na wakuu wengine wa serikali walijitupa miguuni pa Mfalme wao mpya, kila mmoja wao, kwa kufuatana na cheo chake, aliapa kumtii. Halafu Waziri Mkuu alimkabidhi Mfalme Badar Basim taarifa ya kesi ya wazamiaji, Badar Basim aliisoma na kuihukumu ipasavyo, jambo lililowashangaza wanamajlis wote. Halafu, baada ya kuchunguza kwa makini, aliwafuta kazi wawakilishi fulani wa ufalme kwa sababu ya utawala wao mbaya mikoani, nyadhifa zao akawakabidhi wengine. Jambo hili liliwafurahisha sana raia ambao, awali, hawakuridhika na uongozi wa wale wawakilishi.

Baada ya kutekeleza kazi hii muhimu kwa ridhaa ya wote waliokuwa hadhirina, Mfalme Badar Basim, akiongozana na baba yake, alimwendea mama yake Malkia Gulnar. Mama yake alipomwona akimjia huku ameivaa taji kichwani, alimkimbilia, akamkumbatia mwanawe kwa furaha, akimwombea dua na kumtakia kila la kheri na mafanikio mema katika utawala wake.

Katika mwaka wake wa kwanza wa utawala, Mfalme Badar Basim, alijifunza vizuri yote yale yaliyohusu utawala wa kifalme, na wajibu wake kwa raia wake. Mwaka uliofuata, baada ya kuikabidhi majilis yake utawala wa nchi, kwa kufuatana na pendekezo la baba yake, Badar Basim aliaga kuwa anakwenda kuwinda wakati kumbe alielekea kwenye mikoa yote ya dola yake ili kuwaondoa wale wanaoendesha vibaya nyadhifa zao, na kuimarisha uhusiano mwema na falme za jirani. Jambo hili lilichukua muda wa mwaka mzima. Aliporejea, baba yake aliugua, akajua kuwa siku zake zinakaribia. Basi aliwaita Mawaziri na wanamajlis wa mwanawe, akawataka waahidi kuwa waaminifu na kumtii mwanawe na kwamba wataziendesha kwa uaminifu nyadhifa zao. Baada ya wote kumwahidi, Mfalme Shahriman alifariki dunia akililiwa sana na mwanawe Badar Basim na Malkia wake Gulnar kwa msiba huo uliowapata. Alizikwa kwenye jengo maalumu lililomstahili kwa sifa na kwa wema wake.

Matanga yalikwisha, na Mfalme Badar Basim hakuwa na tatizo lolote kutekeleza wajibu wake na desturi yao ya kale ya Kiajemi ya kumwomboleza marehemu kwa muda wa mwezi mzima, na ya kutoonekana na mtu yeyote kwa muda huo. Angeomboleza kifo cha baba yake katika umri wake wote kama mila na desturi ingemkubalia.

Wakati akiwa katika hali hiyo ya msiba wa kifo cha marehemu baba yake, mama yake mzazi Gulnar, na mjomba wake Mfalme Saleh, pamoja jamaa zake wa ukoo wa kifalme wa baharini, walimtembelea mara kwa mara kumfariji.

Mwezi wa matanga ulipokamilika, hakuweza kuyakataa maombi na mapendekezo ya Waziri Mkuu na wanamajlis wengine waliomtaka Amshukuru Mungu na kuyasahau yaliyopita, ambayo humkabili kila mwanadamu, na kuwaonyesha raia wake kuwa sasa yuko tayari kuuendesha wadhifa wake kama anavyowajibika, na kama alivyokuwa akiuendesha awali kabla ya kifo cha baba yake.

Haikuwa rahisi kwa Badar Basim kumsahau baba yake mpaka siku moja Waziri Mkuu alipolazimika kumwambia, "Seyyid yangu, bila shaka unajua na sina haja ya kukukumbusha kuwa si vizuri kwa Mwana Mfalme kuendelea kuwa katika hali ya huzuni kwa muda mrefu kama wafanyavyo wanawake, kwani si machozi yako wala si yetu yatakayoweza kuurudisha uhai wa marehemu Mfalme baba yako. Yeye, kama kila mwanadamu alivyo na alivyoandikiwa, hana budi kufa siku yake inapofika.

Hata hivyo, hatuwezi kusema kuwa babiyo ametuacha kwani, tunapokuona wewe, tunamwona yeye. Yeye mwenyewe, wakati alipotambua kuwa siku zake zimekaribia, alijua kuwa, kwa ajili yako wewe mwanawe, hatasahaulika bali atakumbukwa siku zote kana kwamba yuko hai."

Mfalme Badar Basim, kwa hakika, hakuweza kuipinga kauli hii. Basi alivua lebasi ya huzuni, akavalia lebasi na mapambo mengine ya kifalme, akaanza kuushika wadhifa wake wa kifalme kama impasavyo, akauendesha kama alivyokuwa akiuendesha awali kwa kuyakabili matatizo ya raia wake na kuyatatua kufuatana na sheria ya nchi.

Mfalme Saleh aliyerejea kwenye utawala wake baharini akiongozana na Malkia mama yake na mabinti wafalme wengine mara tu Mfalme Badar Basim aliposhika madaraka yake mwishoni mwa mwaka, walirudi tena nchi kavu kumtembelea. Mfalme Badar Basim na Malkia Gulnar walifurahi sana kuupokea ugeni huo.

Jioni moja wakati Mfalme Saleh na Gulnar walipokuwa wakiongea mambo mbalimbali, Mfalme Saleh alianza kumsifu mpwa wake, akamweleza Malkia dada yake jinsi alivyofurahi kuona Badar Basim anavyouendesha vizuri ufalme wake, na jinsi anavyosifiwa na raia wake. Mfalme Badar Basim, ambaye wakati huo alikuwa pale, hakutaka kusikia akisifiwa vile, na kwa kuwa halikuwa jambo la heshima kumkata kauli mjomba wake, aligeuka upande mmoja pale alipokaa, akajifanya amelala usingizi baada ya kuuegemea mto mnene uliokuwa kwenye kochi kubwa alilolikalia.

Wakati akimsifu vile, Mfalme Saleh alimwambia Gulnar, "Dada, je, umefikiria kumtafutia mwanao mchumba? Kama sikosei, hivi sasa ana umri wa miaka ishirini! Na Mfalme mwenye umri huo hapaswi kuwa bila mke. Kama unakubali, mimi nitamtafutia mchumba wa kumfaa kutoka katika moja ya falme za baharini."

"Ndugu yangu," alijibu Malkia Gulnar, "umeniambia jambo ambalo lilinipasa mimi kulijua mapema. Kwa kuwa mwanangu mwenyewe hakulifikiria jambo hilo, mimi sikumgusia nalo. Nimependezwa na pendekezo lako la kumtafutia mchumba kutoka katika mmoja wa mabinti wafalme wa huko kwetu. Natumaini utanitajia jina la mmoja ambaye atavutiwa naye na kupendwa na mwanangu."

"Namjua mmoja," alijibu Mfalme Saleh. "Lakini kabla sijakutajia huyo ni nani, hebu kwanza tuhakikishe kama Mfalme, mpwa wangu, amelala ndipo nitakapokuambia huyo ni nani na kwa nini tujitahadhari hivyo."

Malkia Gulnar aligeuka, akamwangalia mwanawe, akawa ana uhakika kuwa amelala usingizi mzito. Mfalme Badar Basim, ambaye alijifanya tu amelala, aliposikia vile, akawa makini zaidi kutaka kujua lile la siri atakalosema mjomba wake.

"Huna haja ya kusema taratibu hivyo," alitamka Malkia; "sema tu bila kuogopa kuwa utasikika."

"Si vizuri, kwa hivi sasa, mpwa wangu kujua yale nitakayoyasema," alisema Mfalme Saleh akiongeza, "Mpendwa dada, kama ujuavyo, wakati mwingine maneno hupenya katika sikio! Kwa hiyo, si muhimu yeye kujua na kuingiwa na tamaa ya mapenzi kwa huyo msichana nitakayemtaja, kwani kuna matatizo mengi yanayopaswa kukabiliwa; si kwa upande wa huyo binti, kama ninavyotumaini, bali kwa upande wa baba yake. Na msichana mwenyewe, nikikutajia, si mwingine isipokuwa ni Jauhara, Binti wa Mfalme wa Samandal."

"Vipi, ndugu yangu!" alitamka Malkia Gulnar kwa mshangao, "Kwani mpaka sasa bado hajaolewa!" Nakumbuka nilimwona kabla sijaondoka katika kasri lako. Wakati huo alikuwa ana umri wa miezi kumi na minane tu. Hata hivyo uzuri wake ulikuwa wa kustaajabisha, na hivi sasa, bila shaka, hauna kifani. Miaka michache aliyompita mwanangu, Mfalme Badar Basim, haiwezi kutuzuia kufanya mpango wa kumposea. Hebu sasa nieleze hayo matatizo uliyoyataja ili tufanye mpango wa kuyakabili."

Badar Basim Akijifanya Amelala

"Dada," alijibu Mfalme Saleh, "tatizo kubwa ni Mfalme wa Samandal amdharauye yeyote, na sidhani litakuwa ni jambo rahisi kuanzisha naye uhusiano. Hata hivyo nitamwendea mimi mwenyewe, kumposea mwanao binti wake. Akikataa, tutakwenda kwingine tutakakopokewa vizuri. Kwa sababu hii, kama unavyokisia," aliongeza Mfalme Saleh, "si vizuri mpwa wangu kujua mpango wetu huu mpaka Mfalme wa Samandal atakapokubali posa yetu."

Waliendelea kwa muda kulijadili jambo hili; na kabla hawajatengana, waliafikiana kuwa Mfalme Saleh, bila kuchelewa, arejee kwake, halafu aende akamposee mpwa wake, binti Mfalme wa Samandal.

Baada ya kumaliza hayo, Malkia Gulnar na Mfalme Saleh waliofikiri kuwa Badar Basim amelala, walimwamsha kabla hawajaondoka, na Badar Basim alijifanya anaamka kutoka katika usingizi mzito ilhali aliyasikia yote yale waliyoyasema na yaliyomfanya moyo wake umpende huyo msichana. Kwani, katika kichwa chake, aliukisia na kuuona uzuri wa Jauhara hata akashindwa kupata usingizi usiku ule!

Siku ya pili Mfalme Saleh alimuaga Malkia Gulnar na mpwa wake. Mfalme Badar Basim, aliyemjua mjomba wake kuwa asingeondoka mapema bali anaondoka kwa sababu yake yeye, alibadilika sura aliposikia akiaga. Hamu ya yule msichana ilimzidi akitamani mjomba wake akamlete mara moja bila kukawia! Lakini kwa kuwa hakutaka Malkia mama yake kujua kuwa aliyasikia yote yale waliyoyaongea, alimsihi mjomba wake abaki nao japokuwa siku moja tu ili waende wakawinde pamoja, akidhamiria kumtaarifu mjomba wake yale yaliyo moyoni mwake.

Siku ya kuwinda ilipangwa, na Mfalme Badar Basim akawa ana nafasi ya kutosha ya kuwa peke yake na mjomba wake ingawa hakuweza kumweleza wazi yale yaliyokuwa moyoni mwake.

Wakati wakifukuza windo moja, Mfalme Saleh alitengana na mpwa wake. Kwa kuwa alijikuta yuko peke yake, Mfalme Badar Basim alimshuka farasi wake, akamfunga mtini, akakaa karibu na chemchem ya maji iliyokuwa ikipita pale, akajinyoosha majanini, akawa anamfikiria binti Mfalme Jauhara wa Samandal kwa mapenzi yaliyomsababisha atokwe na machozi machoni.

Wakati akiwa hapo katika hali hiyo, mjomba wake, Mfalme Saleh aliyetengana naye, aliingiwa na wasiwasi, akawa anamtafuta. Toka siku iliyotangulia alimwona mpwa wake hana furaha kama ilivyokuwa kawaida yake na kwamba, kila alipomwuliza swali hakujibu hata kidogo, au alijibu vingine kana kwamba alikuwa hasikilizi.

Alipomwona pale akiwa katika ile hali aliyokuwa nayo, alitambua kuwa, hakuyasikia tu yale aliyoyaongea na dada yake Gulnar, bali mpwa wake ametekwa na mapenzi ya yule waliyekuwa wakimwongea. Basi Mfalme Saleh alimshuka kwa mbali yule farasi aliyempanda, akamfunga kwenye mti, akamwendea taratibu, akamsikia Badar Basim akiyatamka maneno haya:

"Ewe binti Mfalme wa Samandal, nimeipata kidogo *taswira* ya uzuri wako; nina uhakika kuwa u mzuri kuliko Mabinti Wafalme wote duniani. Niko tayari kuitoa roho yangu kwa ajili yako kama ningejua uliko! Roho yangu ni yako na hakuna binti Mfalme mwingine yeyote anayeweza kuimiliki!"

Mfalme Saleh hakutaka tena kusikia zaidi, mara moja alimwendea mpwa wake, akamwambia, "Nionavyo, mpwa wangu, uliyasikia yote yale mamiyo na mimi tuliyoyaongea siku ile kuhusu binti Mfalme Jauhara. Hakika, haikuwa madhumuni yetu wewe kujua lolote juu ya Binti Mfalme huyo, kwani tulifikiri ulikuwa umelala."

"Mjomba," alijibu Mfalme Badar Basim, "nilisikia kila neno mliloliongea wewe na mama yangu. Nami nimekuzuia usiende ili nikutaarifu mapenzi yangu kabla hujaondoka; lakini niliona haya kukuambia; na nikashindwa kukuambia lililo moyoni mwangu. Kwa hiyo, nakusihi sana mjomba wangu, kwa mapenzi ulioyo nayo kwangu, unionee huruma, usichelewe kwenda kuniposea Jauhara kutoka kwa baba yake Mfalme wa Samandal ili nimwoe upesi, ama sivyo nitakufa kwa mapenzi!"

Kauli hii ya Mfalme wa Ajemi ilimgusa sana Mfalme Saleh. Kwa mara nyingine, ilimbidi amweleze ukweli wa matatizo yanayomfanya asiweze kumwahidi mafanikio kamili kama anavyotazamia, na kwamba hawezi kuyatekeleza matakwa yake bila yeye mwenyewe kuwepo, jambo ambalo ni la hatari, kwani yeye, Badar Basim, anahitajika katika ufalme wake. Hivyo basi, alimwomba awe na subira mpaka atakapofanikiwa, akimwahidi kuwa atafanya jitihada zake zote na kumletea taarifa kamili baada ya siku chache.

Lakini kauli hii haikumridhisha Mfalme Badar Basim wa Ajemi, alisema, "Mjomba, naona huna huruma nami kama vile unavyojifanya, na kwamba uko radhi nife kuliko kuniridhia ombi langu la kwanza kwako."

"Niko tayari kukuthibitishia, ewe mpwa wangu," alijibu Mfalme Saleh, "kuwa niko tayari kukuhudumia kwa njia yoyote . Lakini kuongozana nami ni jambo ambalo siliafiki hata kidogo mpaka kwanza niongee na Malkia mama yako. Akikubali, niko tayari kukubali uongozane nami."

"Unajua kabisa kuwa mama hatakubali kutengana nami," alisema Badar Basim, "na ukilisisitiza jambo hilo, utanidhihirishia kuwa huna huruma yoyote nami. Kama unanipenda kweli, kama unavyotaka niamini, ni lazima urudi kwako mara moja wakati nikiongozana nawe."

Mfalme Saleh, alipojiona hana njiani nyingine yoyote isipokuwa kulikubali ombi la mpwa wake, alitoa pete kidoleni mwake iliyokuwa imechorwa majina ya siri ya Mwenyezi Mungu kama yalivyo kwenye muhuri wa Mfalme Suleiman, na yaliyosababisha maajabu mengi hapo zamani. "Hii," alimwambia mpwa wake, "ichukue uivae kidoleni mwako, na usiogope maji ya bahari, wala kina chake."

Mfalme Badar Basim aliipokea, na alipoivaa kidoleni mwake, Mfalme Saleh alimwambia, "Ufanye vile nitakavyokuambia." Hapo wote wawili walipanda farasi wao, wakaelekea bahari ambayo haikuwa mbali, wakatumbukia, wakazama majini.

Baada ya muda, Mfalme wa baharini aliwasili kwake akiongozana na mpwa wake Mfalme wa Ajemi ambaye, mara ileile, alimpeleka kwa Malkia. Mfalme wa Ajemi aliubusu mkono wa nyanya yake, na nyanya yake naye alimkumbatia kwa furaha mjukuu wake, akisema, "Sitaki kukuuliza hali yako ilivyo kwani nakuona uko katika hali nzuri ya afya, na nimefurahi kukuona hivyo. Lakini nataka kujua mamiyo, binti yangu Malkia Gulnar alivyo."

Mfalme wa Ajemi alijihadhari asije akamwambia bibi yake kuwa ameondoka bila kumuaga mama yake lakini alimwambia kuwa Malkia, mama yake, yumo katika hali nzuri ya afya. Hapo nyanya yake alimchukua mjukuu wake, akamjulisha kwa watoto wa kike wa kifalme jamaa zake; na wakati akiongea nao, bibi yake aliondoka na Mfalme Saleh, akaelekea naye faragha katika chumba ambako Mfalme Saleh alimwarifu mama yake kuwa Badar Basim amempenda binti Mfalme Jauhara wa Mfalme wa Samandal kwa sababu ya kusikia uzuri wake, na kwamba ameongozana naye bila yeye kupenda, na kwamba yeye, Mfalme Saleh, atakwenda kumposea binti huyo.

Ingawa Mfalme Saleh hakuwa na kosa lolote kwa Badar Basim kumpenda Jauhara, Malkia mama yake hakuweza kumsamehe kwa kutofanya tahadhari wakati yeye, Mfalme Saleh, na dada yake walipokuwa wakiongea juu ya Jauhara. "Kutohadhari kwako hakusameheki," alisema mama yake. "Unafikiri Mfalme wa Samandal, ambaye tabia yake mbaya inajulikana, atakubali posa yako kuliko wana wafalme chungu nzima waliokutangulia ambao aliwakataa na kuwavunjia heshima?"

"Mama," alijibu Mfalme Saleh, "kama nilivyokuambia, hatukudhamiria mpwa wangu kuyasikia yale tuliyoyaongea juu ya uzuri wa Jauhara; lililoko sasa ni kujua kuwa ameingiwa na mapenzi ya kumpenda sana binti huyo. Kama tusipofanya bidii ya kumposea, asema atakufa. Kwa upande wangu, mimi nitafanya jitihada kubwa ya kumtimizia matakwa yake, nikitumaini na wewe utaliunga mkono jambo hili la mimi kumwendea Mfalme wa Samandal, nikimpelekea zawadi ya vito na kumposea Badar Basim, binti wake. Nina sababu za kuamini kuwa hatakataa, na kwamba atafurahi kusikia kuwa binti wake anaposwa na Mfalme wa nchi kavu."

"Matakwa yangu," alijibu Malkia, "ni kwamba tusingemposea binti huyu kwa sababu ya kutokuwa na uhakika wa kutojua kuwa tutafanikiwa. Lakini kwa kuwa furaha ya mjukuu wangu inategemea jambo hili, nakubali. Lakini, juu ya hayo, kwa kuwa tabia ya Mfalme wa Samandal inajulikana, uchukue tahadhari kubwa uongee naye kwa heshima ili asihamaki."

Basi Malkia mwenyewe alitayarisha zawadi ambazo zilikuwa za almasi, zumaridi, feruzi, na minyororo ya lulu, vyote hivyo alivitia ndani ya kisanduku cha dhahabu kilichonakshiwa kwa johari tofauti.

Asubuhi ya pili, Mfalme Saleh alimuaga Malkia mama yake na mpwa wake Mfalme wa Ajemi, akatoka akiongozana na kikundi kidogo cha wanajeshi maalumu waliochaguliwa, pamoja na watumishi wake. Baada ya muda, aliwasili kwenye kasri la Mfalme wa Samandal, ambaye hakuchelewa kukutana naye.

Mfalme Saleh alipoingia kwenye ukumbi alikoketi, Mfalme wa Samandal alinyanyuka kutoka kwenye kiti chake cha enzi, akampokea Mfalme Saleh akisahau kwa muda ile tabia yake mbaya ya kupandisha hasira. Mfalme Saleh, akijua tabia ya mwenyeji wake, alimpigia magoti, akimtakia kila la kheri na maisha marefu.

Mfalme wa Samandal alimwinamia, akamnyanyua, na baada ya kumkalisha upande wake wa kushoto, alimwarifu kuwa anakaribishwa, akamwuliza kama kuna jambo lolote ambalo angependa amtekelezee.

"Seyyid yangu," alijibu Mfalme Saleh, "hata kama nisingekuwa na jingine lolote isipokuwa kuja kutoa heshima yangu kwa Mfalme mtukufu katika dunia hii, lugha yangu ni dhaifu kueleza jinsi ninavyokuheshimu Seyyid yangu. Kama ungeweza kupenya mpaka ndani ya kiini cha moyo wangu, ungeweza kuthibitisha heshima niliyo nayo kwako."

Baada ya kutamka maneno hayo, Mfalme Saleh alichukua kile kisanduku cha vito kutoka kwa mmoja wa watumishi wake, akakifungua, akamkabidhi Mfalme, akimsihi akipokee.

"Mwana Mfalme," alijibu Mfalme wa Samandal, "usingenipa zawadi hii ya thamani kama hukuwa na jambo muhimu linalostahili zawadi hii. Kama kuna lolote katika uwezo wangu unalolitaka, uko huru kulidai nami nitafurahi kukutimizia. Sema, na uniambie wazi, ninaweza kukuhudumia vipi?"

"Ninathubutu kusema, Seyyid yangu," alijibu Mfalme Saleh, "kuwa nina jambo ninalotaka kukuomba. Ninathubutu kusema kuwa lililonileta ni jambo unaloweza kulitekeleza na linalokutegemea wewe tu. Kwa heshima yote na taadhima, ninalokuomba usinikatalie."

"Kama ni hivyo," alijibu Mfalme wa Samandal, "niarifu ni jambo gani ulitakalo, nawe utaona jinsi nitakavyolitekeleza kama liko katika uwezo wangu."

"Seyyid yangu," alitamka Mfalme Saleh, "baada ya kunitia nguvu kwa kauli yako hiyo, sitasita tena bali nitasema kuwa nimekuja kukuomba, kwa heshima ya ukoo wako, kumposa binti yako ili kuimarisha zaidi uhusiano mzuri ulioko baina ya falme zetu mbili."

Aliposikia kauli hii, Mfalme wa Samandal aliangua kicheko kikubwa akiangukia kinyumenyume kwenye kiti chake cha enzi, akaegemea mito minene kumzuia; na kwa hasira na madharau, alitamka, "Mfalme Saleh, siku zote nilikufikiria kuwa wewe ni Mwana Mfalme mwenye busara na tahadhari; lakini haya uliyoyatamka sasa yananidhihirishia kuwa nilikosea. Hebu niambie, ujanja na busara yako iko wapi wakati ulipojiwa na fikra na mawazo ya kutamka kauli kama hiyo? Ulithubutuje kumposa binti wa Mfalme mtukufu, maarufu katika dunia nzima kama mimi? Ungelifikiria sana jambo hili kabla hujalichukulia hatua ya kufunga safari ndefu ya kuja kupoteza heshima niliyokuwa nayo kwako."

Maneno haya yalimchoma moyo na kumwudhi sana Mfalme Saleh, lakini alijizuia, akamjibu kwa sauti ya utulivu, "Mwenyezi Mungu Akupe unayostahili! Nina heshima ya kukuarifu kuwa mimi sidai kumwoa binti yako. Hata kama ningemposa kwa ajili yangu, Seyyid yangu, badala ya kukasirika, ungelifikiria jambo hilo kuwa ni la heshima kwenu nyote wawili.

Bila shaka, Seyyid yangu, unajua kuwa mimi ni mmoja wa wafalme wa baharini kama ulivyo wewe, na kwamba ukoo wangu ni wa falme za kizamani, na kwamba ufalme niliourithi ni muhimu kama wako. Na kama usingenikata kauli, ungetambua mara moja kuwa hilo ombi langu halikuwa kwa ajili yangu, bali nimekuja kumposea mpwa wangu, Mfalme wa Ajemi, ambaye ufalme na nguvu zake, pamoja na uzuri na tabia yake, inajulikana kote.

Kila mtu anajua kuwa binti Mfalme Jauhara hana amfikiaye kwa uzuri katika falme zote za baharini. Hali kadhalika inafahamika pia kuwa Mfalme wa Ajemi ni kijana mzuri asiyekuwa na mfano wake katika nchi kavu. Kwa hiyo, ombi langu la kumposa binti yako ni kwa ajili ya vijana hawa wawili kustahiliana. Usingekuwa na shaka yoyote bali ungelikubali kama vile ambavyo lingekubaliwa na falme zote za baharini. Binti Mfalme wako anamstahili mpwa wangu, Mfalme wa Ajemi, na Mfalme wa Ajemi anamstahili binti Mfalme wa Samandal."

Mfalme wa Samandal asingemwacha Mfalme Saleh aendelee kusema vile kama si hasira zilizomfunga kinywa. Mwisho, walakini, alifoka kwa hasira, akaanza kutoa maneno ya matusi yasiyostahili kutamkwa na Mfalme.

"Mbwa we!" alifoka Mfalme wa Samandal. "Licha ya kulitaja jina la binti yangu, unathubutuje kuongea nami namna hiyo? Unafikiri mwana wa dada yako Gulnar anaweza kulinganishwa na binti yangu? Wewe ni nani? Babiyo alikuwa nani? Dadiyo ni nani? Na mpwa wako ni nani? Je, babiye hakuwa mbwa, mwana wa mbwa, kama ulivyo wewe? Walinzi!" Alipiga kelele Mfalme wa Samandal, akiamrisha, "Mkamateni fedhuli huyu na mkateni kichwa mara moja!"

Mfalme wa Samandal Akiamrisha Mfalme Saleh Auawe

Wanajeshi wachache waliokuwa karibu ya Mfalme wa Samandal, walikuwa tayari kutii amri ya Mfalme wao, wakati Mfalme Saleh, aliyekuwa katika umri mzuri, aliweza kuwakabili na kuwakwepa kabla hawajatoa sime zao.

Alipofika kwenye lango la kasri, Mfalme Saleh alishangaa kuona askari elfu moja walio wenzake na marafiki zake wakiwa na silaha kamili waliowasili wakati ule! Kwani mama yake alipotambua idadi ndogo ya askari aliokwenda nao, na kwa kuwa alijua tabia ya Mfalme wa Samandal na yale ambayo mwanawe angeweza kukumbana nayo mambo yakimwendea vibaya, alituma jeshi lile kumlinda na kumsaidia pindi kukitokea hatari yoyote, akilihimiza jeshi hilo liende haraka. Kwa hiyo, walipomwona Mfalme Saleh akitoka haraka vile mle katika lile kasri, walitaka kujua lililokuwa likimkimbiza, wakisema, "Tuamrishe, Seyyid yetu, nasi tuko tayari kutekeleza amri yako!"

Kwa maneno machache, Mfalme Saleh aliwaeleza yaliyojiri, akawaongoza wakati idadi fulani ya askari wa Mfalme wa Samandal wakililinda lango la kasri. Hata hivyo, Mfalme Saleh aliweza kuingia tena ndani. Wale askari walioamrishwa na Mfalme wa Samandal waliomwandama, wachache wao waliokoka, na wengine walitekwa. Alimkamata pia na Mfalme wa Samandal akamfungia ndani ya kasri lake. Halafu aliingia katika kila chumba kumsaka binti Mfalme Jauhara. Lakini hakumwona. Kumbe, baada ya kusikia kelele za kwanza, akiongozana na wajakazi wake, Jauhara aliibuka baharini, akakimbilia kwenye kisiwa kimoja kilichokuwa nchi kavu.

Wakati haya yakitokea katika kasri la Mfalme wa Samandal, wale askari walinzi wachache wa Mfalme Saleh waliookoka wakati Mfalme wa Samandal alipotoa amri Mfalme Saleh akatwe kichwa, walirejea kwao, wakamwarifu Malkia yaliyojiri. Habari hizo zilimtia wasiwasi sana Malkia.

Wakati huo Mfalme Badar Basim alikuwako; na aliposikia yaliyotokea, aliingiwa na wasiwasi zaidi akitambua kuwa yeye ndiye aliyesababisha yote hayo yaliyotokea. Kwa hiyo, bila kujali lolote na kumjali bibi yake aliyekuwa akitoa amri muhimu, aliibuka kutoka katika kina cha bahari; na bila kujua jinsi ya kufika katika milki yake, alijikuta kwenye kile kisiwa alikojisalimisha binti Mfalme Jauhara.

Akiwa amejaa fikra na mawazo mengi, Badar Basim alipumzika chini ya mti mkubwa uliozungukwa na miti mingine mingi. Wakati akipumua na kutafakari yaliyomsibu, alisikia sauti ya mtu ikitoka mbali kidogo na pale alipokuwa. Alinyanyuka, akaelekea kule ile sauti ilikotokea ambako, katikati ya matawi ya mti mkubwa, alimwona msichana mzuri ajabu ambaye uzuri wake ulimshangaza.

"Bila shaka," alijiambia huku akisimama na kumwangalia kwa makini yule msichana, "huyu ni binti Mfalme Jauhara ambaye woga ndio uliomkimbiza kutoka katika kasri la baba yake na kumleta hapa. Kama siye, hakika naye anastahili mapenzi yangu, kwani kuuona uzuri wa mtu ndio kuamini badala ya kuamini la kuambiwa."

Jauhara Katikati ya Mti

Baada ya kufikiri hivyo, alimwendea yule msichana kwa unyenyekevu mkubwa, akamwambia, "Seyyidati, sijui nimshukuru vipi Mwenyezi Mungu kwa kunijaalia kukuona na kuushuhudia uzuri wako. Kwa furaha kubwa, niko tayari kukuhudumia kwa lolote ulitakalo. Kwa hiyo, Seyyidati, uukubali msaada wangu, kwani ni dhahiri kuwa ni jambo lisilowezekana kwa msichana mzuri kama wewe kuwa peke yako hapa upwekeni bila kuhitaji msaada wowote."

"Ni kweli, Seyyid yangu," alijibu Jauhara kwa huzuni. "Si jambo la kawaida kwa msichana wa tabaka langu kuwa katika hali hii niliyomo. Mimi ni binti Mfalme wa Samandal, na jina langu naitwa Jauhara. Nilikuwa nikiishi raha mustarehe katika kasri la baba yangu, wakati ghafla niliposikia kelele za kutisha. Mara nililetewa habari kuwa Mfalme Saleh, bila mimi kujua sababu, ameliteka kasri letu, na amemchukua mateka baba yangu baada ya kuwaua walinzi wake wote waliompinga. Mimi, kwa bahati nzuri, nilijiokoa kwa kuibuka baharini na kukimbilia kisiwa hiki."

Kwa maneno haya, Mfalme Badar Basim alianza kuingiwa na wasiwasi kuwa ameondoka haraka kutoka kwa nyanya yake bila kubaki kusikia yote yaliyotokea. Lakini kwa upande mwingine, akiwa mwenye furaha kwa kujua kuwa mjomba yake amemteka Mfalme wa Samandal, na kwamba atakubali binti wake aolewe naye, alisema, "Binti Mfalme mzuri, tatizo lako linaeleweka; na ni rahisi kulitatua pamoja na kule kutekwa kwa baba yako. Bila shaka utakubaliana nami nikikuambia kuwa mimi ni Badar Basim, Mfalme wa Ajemi, na kwamba Mfalme Saleh ni mjomba wangu. Ninakuhakikishia, Seyyidati, kuwa yeye hana madhumuni ya kuiteka milki ya baba yako. Kusudi lake lilikuwa ni kupata idhini ya baba yako ili niwe na heshima na furaha ya mimi kuwa mkwe wake, kwani mimi nilikwisha kupa moyo wangu wote kwa sababu ya uzuri na haiba yako niliyoisikia. Na sasa, licha ya yale yaliyotokea, nakuomba unikubali. Nakuhakikishia kuwa nitakupenda mpaka kufa kwangu, nikitumaini hutanikatalia ombi langu hili ukikubali kuwa, Mfalme aliyeacha milki yake yote, anastahili kukubaliwa. Nipe ruhusa, Seyyidati, niwe na heshima ya kukujulisha kuwa, mara tu baba yako atakapoafiki posa langu, mjomba wangu Mfalme Saleh, atamwachia milki yake aitawale kama alivyoitawala awali."

Maneno haya ya Badar Basim hayakuleta matokeo mazuri kama alivyotazamia. Kweli binti Mfalme alipomwona na jinsi alivyomsemesha, alivutiwa naye sana. Lakini aliposikia na kujua kuwa yeye ndiye sababu ya yote yale yaliyomsibu baba yake, na huzuni na woga alioustahamili yeye hata akalazimika kukimbia kwao, alimwona ni adui mkubwa asiyestahili hata kidogo kuwa na uhusiano naye!

Kwa chochote kile kitakachomshawishi kukidhi matakwa yake, binti Mfalme alikata shauri kutomkubali, mojawapo ya sababu ikiwa ni kule kupinga kwa baba yake dhidi ya ndoa hiyo. Hata hivyo, hakutaka Mfalme Badar Basim ajue hasira zake, akamwonyesha uso wa kirafiki, akamwuliza kwa sauti ya upole, "Je, wewe ni mwana wa Malkia Gulnar ajulikanaye sana kwa sifa za uzuri na tabia yake? Nimefurahi kujua kuwa wewe ni mwana wa mama mwenye sifa na heshima hizo. Mfalme baba yangu alikosea sana kwa kuipinga ndoa yetu. Angekuona, bila shaka angekukubali na kutufanya tuwe na furaha."

Alipotamka hivyo, alimnyooshea mkono kama dalili ya kirafiki.

Mfalme Badar Basim, akiamini amefikia kilele cha furaha yake, aliunyoosha mkono wake, akaupokea wa binti Mfalme, akainama, akaubusu. Lakini binti Mfalme, alirudi nyuma, akauvuta mkono wake, akamtemea mate usoni akitamani kuwa na maji ya moto ya kumwagia usoni, akatamka, "Balaa we! Badilika umbo lako la binadamu, uwe na umbo la ndege mweupe mwenye mdomo na miguu myekundu!"

Mara alipotamka maneno hayo, Mfalme Badar Basim wa Ajemi, kwa mastaajabu makubwa ya kudhalilishwa vile, alibadilika umbo mara ileile, akawa ndege wa namna ile!

"Mchukue," Jauhara alimwamrisha mmoja wa wale wajakazi wake aliokuja nao, akimwambia, "mpeleke kwenye kisiwa kikame!"

Kisiwa hicho alichoamriwa ampeleke, kilikuwa jabali la kutisha kusikopatikana hata tone moja ya maji!

Yule mjakazi aliyekuwa mwema, alimwonea huruma Mfalme Badar Basim kwa yale masaibu yaliyompata, akajiambia, "Litakuwa ni jambo la kusikitisha sana kumwacha mwana Mfalme huyu, mwenye heshima, kuangamia kwa njaa na kiu! Nina hakika binti mfalme Jauhara atatubu kwa ukatili wake huu mara hasira zake zitakapomalizika. Kwa hiyo, ni kheri nimpeleke mahali ambako, akifa, atakufa kifo cha kawaida."

Badar Basim Aliyegeuzwa Ndege

Basi alimchukua yule ndege mpaka kwenye kisiwa kimoja kinachotembelewa mara kwa mara na watu, akamwacha mahali pazuri palipojaa miti ya matunda tofauti, na kulikokuwa na chemchem ya maji safi.

* * *

Sasa turejee kwa Mfalme Saleh. Baada ya kumtafuta binti Mfalme Jauhara na kumkosa, aliamrisha Mfalme wa Samadal afungiwe ndani ya kasri lake na alindwe na walinzi waaminifu; na baada ya kutoa amri ya jinsi ile nchi itakavyotawaliwa wakati yeye akiwa hayuko, alirejea kwa mama yake kumpa taarifa ya yale yaliyotokea. Swali la kwanza aliloliuliza alipowasili lilikuwa, "Mfalme mpwa wangu yuko wapi?" Kwa mshangao mkubwa aliarifiwa kuwa haijulikani aliko.

"Habari nilizoletewa," alisema Malkia mama yake, "ni hatari uliyokabili wewe katika kasri la Mfalme wa Samandal. Bila shaka wakati mimi nikitoa amri ya kutuma kwako wanajeshi wa kuja kukuhami, ndipo alipotoweka baada ya kusikia kuwa umo katika hatari kubwa, bila yeye kujali hatari ambayo angeikabili."

Habari hii ilimshtua sana Mfalme Saleh, akajuta kumchukua Mfalme Badar Basim bila idhini ya mama yake. Alituma watu kwenda kumtafuta katika kila pembe lakini hakuonekana. Badala ya furaha aliyokuwa nayo ya kujitolea kwenda kumposea mpwa wake binti Mfalme wa Samandal, alijaa huzuni sana.

Wakati akiwa katika hali hiyo kuhusu mpwa wake, aliondoka katika milki yake, akimwachia utawala mama yake, akarejea kwenda kuitawala nchi ya Mfalme wa Samandal, ambaye bado alikuwa kizuizini katika kasri lake akilindwa na kupewa heshima yote aliyostahili Mfalme.

Siku ile Mfalme Saleh aliporejea hadi kwenye ufalme wa Samandal, Malkia Gulnar aliwasili kwa Malkia mama yake. Gulnar hakustaajabu kuona mwanawe hakurejea nyumbani ile siku, hiyo ikiwa ni kitu cha kawaida kwake kwenda mbali akiandama windo bila kurejea. Lakini alipoona hakuna aliyerejea siku iliyofuatia, alianza kuingiwa na wasiwasi kama inavyoweza kukisiwa kwa jinsi alivyompenda mwanawe. Wasiwasi wake uliongezeka zaidi wakati wale askari walioongozana na Mfalme Saleh waliporudi wakisema kuwa hawakumwona Mfalme Badar Basim wala mjomba wake, wakiongeza kuwa huenda wamedhurika mahali kusikojulikana ingawa wamewasaka kila mahali. Walisema waliona farasi wao tu, lakini wao wenyewe hawakujua waliko.

Aliposikia kauli hii, Malkia Gulnar aliona hana njia nyingine isipokuwa kuficha wasiwasi wake, akiwahimiza wale wanajeshi wazidi kuwatafuta. Wakati huo yeye mwenyewe alijitosa baharini kuridhisha hisi yake kwamba Mfalme Saleh ndiye aliyemchukua mpwa wake mpaka kwao.

Malkia Gulnar angepokewa kwa shangwe kubwa zaidi kama si mama yake kuhisi kilichomleta, akamwuliza, "Binti, nina hakika hukuja kunizuru mimi bali umekuja kujua mwanao aliko. Mimi nilipomwona wakati alipofika, nilifurahi sana. Lakini nilipojua kuwa aliondoka bila kukuaga, na kutoweka kwake sasa, sina budi kusema kuwa nahisi vibaya sana kama unavyohisi wewe." Hapo akamsimulia yote yaliyotokea: ya Mfalme Saleh kwenda kumposea

Mfalme Bandar Basim Jauhara, binti Mfalme wa Samandal, na yote yale yaliyotokea huko, mpaka kutoweka kwa mwanawe, Mfalme Badar Basim.

"Nimemtafuta kote," aliongeza mama yake, "pamoja na mwanangu, Mfalme Saleh, ambaye sasa amekwenda kwenye ufalme wa Samandal, lakini hatukufanikiwa kumpata. Hata hivyo, tusikate tamaa ya kumwona tena mwanao; anaweza kutokea wakati wowote."

Malkia Gulnar hakuridhika kwa matumaini haya. Alijua tu kuwa mwanawe amepotea, akaanza kumlilia na kuomboleza, lawama zote, akisema, ni za Mfalme Saleh. Walakini, mama yake alimwambia akumbuke umuhimu wa kutokata tamaa na kuendelea kuhuzunika tu.

"Kweli Mfalme kaka yako," alisema mama yake, "asingeyaongea yale ya ndoa aliyoyaongea nawe wakati mwanao alipokuwa amejinyoosha karibu yenu, wala asingekubali kumchukua mjukuu wangu kuja naye. Kwa kuwa sasa hakuna uhakika kuwa Mfalme wa Ajemi amepotea kabisa, inakupasa wewe kuulinda ufalme wake. Kwa hiyo, usipoteze wakati; rejea kwenye makao yako makuu. Kuweko kwako huko ni muhimu, na haitakuwa vigumu kwako kuendeleza amani katika nchi kwa kutangaza kuwa Mfalme wa Ajemi amekwenda kumzuru nyanya yake na mjomba wake."

Kauli hii ilimshawishi Malkia Gulnar. Basi alimuaga Malkia mama yake, akarejea katika makao makuu ya Ajemi kabla watu hawajaanza kumtafuta Mfalme wao. Mara tu alipowasili, alituma watu kwenda kuwaita maamirijeshi, wakuu wa serikali aliowatuma awali kwenda kumtafuta mwanawe, akawaambia kuwa anajua Mfalme Badar Basim aliko, na kwamba hivi karibuni atarejea na watamwona. Habari hiyo aliieneza pia katika jiji zima, katika wizara na mashirika mbalimbali, bila kuzua shauku ya aina yoyote.

Tukirejea kwa Mfalme Badar Basim, mtumishi wa binti Mfalme Jauhara alimwacha pale kisiwani, na mwana Mfalme huyo alistaajabu alipojikuta yuko peke yake pale kisiwani akiwa na umbo la ndege. Hakujua aliko, wala hakujua sehemu ulioko ufalme wake. Hata kama angejua, na angejaribu kufunua mbawa zake na kuruka, na kuelekea huko, na kuikabili nchi na hatari asizozijua na kuwasili huko, atapata faida gani ilhali yumo katika lile umbo la ndege? Kwa hiyo, ilimlazimu abaki pale alipokuwa, akiishi kwa kile walacho ndege, na kuupitisha usiku mitini.

Baada ya siku chache, ilitukia kuwa mwindaji mmoja hodari wa kunasa ndege kwa nyavu, alifika pale kisiwani alipokuwa Bandar Basim. Alipomwona yule ndege mzuri asiye wa kawaida, ambaye mfano wake bado haujaonekana, alifurahi, akafanya jitihada za kumnasa na, kwa bahati nzuri, alifanikiwa.

Akiwa na furaha kubwa kwa lile windo alilojua ni la thamani kuliko ndege wengine wowote aliowahi kuwanasa, alimtia tunduni, akaelekea naye mjini. Alipofika naye sokoni, alisimamishwa na mtu aliyemwuliza anamwuza yule ndege kwa bei gani. Kabla hajamwambia bei, yeye alimwuliza yule mteja akimnunua atamfanya nini?

"Unafikiri nitamfanya nini," alijibu yule mtu, "nitamchinja na kumwoka, na kumla!"

"Kama ni hivyo," alijibu yule mwindaji, "sitakuuzia hata kama utanilipa nini! Huyu ndege namthamini sana, na siwezi kukuuzia hata kwa donge la dhahabu, kwani mimi, katika utu uzima wangu huu nilio nao, bado sijapata kuona ndege mzuri kama huyu. Nimedhamiria kumpa zawadi Mfalme; yeye atajua thamani yake kuliko wewe unayetaka kumla."

Bila kubaki pale sokoni kwa muda mrefu, yule mwindaji, moja kwa moja, alielekea mpaka kwenye kasri la Mfalme. Mfalme, wakati huo, alikuwa kwenye roshani alikoweza kuona yote yale yaliyokuwa yakipita chini barabarani.

Alipomwona yule ndege mzuri, alituma mmoja wa walinzi wake aende akamnunulie. Yule mlinzi alimwendea yule mtu, akataka kujua bei ya yule ndege.

"Kama ni kwa ajili ya Mfalme," alijibu, "namsihi ampokee kama zawadi kutoka kwangu; tafadhali chukua umpelekee."

Yule mlinzi alimchukua yule ndege, akampelekea Mfalme, ambaye alistaajabishwa sana na uzuri wake na ile aina yake ya pekee. Palepale alimpa yule mlinzi sarafu za dhahabu ampelekee yule mwindaji, ambaye alipopokea tuzo ile kubwa, alitoweka mara moja, na Mfalme naye akatoa amri yule ndege atiwe katika tundu maalumu, apewe nafaka na maji ya kutosha.

Kwa kuwa Mfalme alikuwa akijitayarisha kwenda kuwinda, hakuwa na nafasi ya kujishughulisha tena na yule ndege. Lakini aliporudi, aliletewa yule ndege. Ili kumwangalia na kumwona vizuri,

Mfalme alimtoa mle tunduni, akamwangalia kwa makini, halafu akamwuliza yule mlinzi aliyemletea kama amewahi kumwona yule ndege akila.

“Seyyid yangu,” alijibu yule mlinzi, “bila shaka umeona kuwa vile vyombo alivyotiliwa nafaka bado vimejaa; na mimi mwenyewe sijawahi kumwona akila.”

Mfalme aliamrisha yeye mwenyewe aletewe namna mbalimbali za nyama. Meza ilipoandaliwa kwa kila aina ya vyakula kama alivyoamrisha Mfalme, yule ndege alifunua mbawa zake, akaruka kutoka mkononi mwa Mfalme, akatua pale mezani, akaanza kula nyama na vile vyakula vingine; mara hiki mara kile.

Mfalme alistaajabu sana; mara ileile alimtuma mmoja wa matowashi wake, aende haraka akamwite Malkia aje ashuhudie kioja kile.

Yule towashi alimweleza Malkia, na mara ileile Malkia aliongozana naye. Lakini alipomwona yule ndege, Malkia aliuziba uso wake kwa ushungi, na nusura aondoke aende zake kama si Mfalme aliyeshangazwa na kile kitendo chake kumwuliza kilichomfanya afanye vile ni nini ilhali mle hamkuwa na mtu mwingine yeyote isipokuwa manokoa na wajakazi waliomsimamia yeye Malkia?

“Seyyid yangu,” alijibu Malkia, “hutashangaa kusikia kuwa huyu si ndege wa kawaida kama unavyomwona na unavyomfikiria wewe, bali ni mwanamume kama wewe!”

“Unataka kunidhihaki!” alitamka Mfalme kwa mshangao. “Huwezi kunishawishi kwa kuniambia kuwa, huyu ninayemwona hapa *si* ndege bali ni binadamu!”

“Seyyid yangu,” alijibu Malkia, “sikudhihaki bali hayo niliyokuambia ni ya kweli kabisa. Nakuhakikishia kabisa, Seyyid yangu, kuwa huyu si ndege wa kawaida bali ni Mfalme wa Ajemi anayeitwa Badar Basim, mwana wa Gulnar, binti Mfalme mashuhuri wa dola kubwa la baharini, na ni mpwa wa Saleh, Mfalme wa ufalme wa baharini, na ni mjukuu wa Malkia Farashe, mama mzazi wa Gulnar; na ni binti Mfalme Jauhara, binti Mfalme wa Mfalme wa Samandal, ndiye aliyemgeuza akawa ndege.”

Ili kumthibitishia yale anayomwambia ni ya kweli, alimsimulia kisa chote kilichotokea na kwamba binti Mfalme Jauhara amemgeuza ndege ili kulipa kisasi kwa kile kitendo cha Mfalme Saleh alichomtendea baba yake.

Mfalme hakutaka uthibitisho mwingine zaidi wa kuamini kauli ya Malkia mke wake, kwani alijua kuwa mkewe alikuwa na ujuzi wa kichawi. Na kwa kuwa alijua kila litendwalo katika kila sehemu ya dunia, aliarifiwa na mkewe mipango ya wafalme wengine walio majirani na mipango waliyoifanya ya kumshambulia, akaweza kujihami mapema. Kwa hiyo, aliposikia mkasa uliompata Mfalme wa Ajemi, alimwonea huruma, akamwomba mke wake amgangue, arudie umbo lake la awali.

Malkia alikubali kwa furaha, akasema, "Seyyid yangu, mchukue ndege kabatini mwako, nami nitakuonyesha kuwa huyu ni Mfalme mwenye heshima!"

Yule ndege aliyeacha kula wakati huo, na aliyesikiliza yote yale yaliyokuwa yakizungumzwa na Mfalme na Malkia, hakutaka kumsumbua Mfalme kwa kumbeba, bali aliruka mwenyewe mpaka ndani ya kabati lililokuwa mbele yao. Baada ya dakika chache, Malkia aliingia mle kabatini akiwa na chombo mkononi kilichokuwa na maji. Alinuiza katika kile chombo maneno yasiyoeleweka na Mfalme mpaka yale maji yakaanza kuchemka; halafu aliyachota machache mkononi mwake, akamnyunyizia yule ndege, akisema, "Kwa nguvu ya maneno yale matakatifu ya kigeni niliyoyatamka, na kwa jina la Muumba wa mbingu na ardhi, Awezaye kufufua wafu na aumilikiye ulimwengu, toka katika umbo hili la ndege, urudie tena umbo lako la awali uliloumbwa na Muumba."

Mara tu alipotamka maneno yale, badala ya ndege, Mfalme alimwona kijana wa kifalme aliyeumbika kwa sura, amepiga magoti mbele yake!

Mfalme Akimwona kijana wa Kifalme Badala ya Ndege!

Mfalme Badar Basim alipiga magoti, akamshukuru Mwenyezi Mungu kwa kurudia umbo lake. Halafu aliushika mkono wa yule Mfalme, aliyemsaidia kunyanyuka, akaubusu kwa kuonyesha shukrani zake. Lakini yule Mfalme alimkumbatia kuonyesha furaha aliyokuwa nayo kwa kumwona vile. Badar Basim alitaka kumshukuru Malkia kwa wema aliomfanyia wa kumrudishia tena umbo lake, lakini alikuwa ameshaondoka.

Mfalme alimkalisha Bandar Basim mezani, akataka amsimulie jinsi na sababu za binti Mfalme Jauhara kuwa katili vile na kumbadilisha umbo akawa ndege. Mfalme Badar Basam wa Ajemi alimsimulia yote yaliyotokea toka awali hadi akhiri.

Akihuzunishwa sana na yale yaliyomsibu Mfalme Badar Basim, yule Mfalme alisema, “Binti Mfalme wa Samandal asingechukua hatua hiyo baada ya vile vitendo vya baba yake kwa Mfalme Saleh, hasa dhidi yako ambaye hukuwa na uwezo wowote. Sasa tuachane na hayo yaliyopita; hebu niambie, nikusaidie vipi sasa?”

"Seyyid yangu," alijibu Mfalme Badar Basam, "wajibu wangu kwako na *ihsan* mliyonifanyia wewe na Malkia ni kubwa sana isioweza kulipika hata kama nitabaki hapa kukutumikia katika maisha yangu yote. Lakini kwa kuwa, Seyyid yangu, hukuweka kiwango cha ukarimu wako, nakusihi unifanyie ihsan ya kunipatia moja ya merikebu zako ya kunifikisha mpaka kwetu Ajemi ambako, kwa kutokuwako kwangu huko kwa muda mrefu, bila shaka kumesababisha matatizo, na kwamba Malkia mama yangu, ambaye naye sikumwarifu kuondoka kwangu, amejaa huzuni na majonzi kwa kutojua kama niko hai au la."

Bila kusita, Mfalme alikubali ombi lake, akamshehenezea merikebu moja kubwa kati ya merikebu zake, akamchagulia na mabaharia hodari. Baada ya merikebu kushehenezwa kila kilichohitajika toka mabaharia hodari mpaka vyakula na silaha za kutosha na upepo ulipoanza kuvuma, Mfalme Badar Basam alimuaga mfadhili wake, akang'oa nanga.

Baada ya kusafiri kwa muda wa siku kumi bila matatizo yoyote, siku ya kumi na moja hali ya hewa ilibadilika, upepo ukaanza kuvuma kwa nguvu, pakazuka tufani kali, ikaipeperusha ile merikebu mpaka ikagonga mwamba mkubwa, ikazama.

Idadi kubwa ya watu waliokuwamo mle merikebuni walikufa maji; ni wachache tu ndio walioweza kujiokoa kwa kushikilia mbao za ile merikebu iliyovunjikavunjika, mmoja wao akiwa ni Badar Basim.

Baada ya kuchukuliwa na mawimbi kwa muda, mkondo wa mawimbi ulimchukua Badar Basim, mwisho, kwa mbali, aliuona mji. Alitumia nguvu zake zote alizokuwa nazo mwisho akafika pwani, akaweza kusimama. Aliliacha pale lile bao, akaelekea kule alikoona ule mji. Lakini mara tu alipofika ufukweni, alistaajabu kuona wanyama wa kila aina: farasi, ngamia, nyumbu, punda, fahali, na wanyama wa aina nyingine tofauti wakimjia ufukweni wakijaribu kumkinga asiingie mle mjini! Ilikuwa ni vigumu kwake kuwaepuka wale wanyama mpaka alipopanda jabalini!

Alipokausha nguo zake, Badar Basim aliingia mjini, akakumbana tena na wale wanyama waliojitahidi kumzuia asiingie mjini, wakionyesha dalili kuwa huko kuna hatari! Lakini Mfalme Badar Basim aliingia mjini alikovutiwa na barabara nzuri pana zilizonyooka, lakini alishangaa kuona barabara zote hazina watu wengi! Jambo hili lilimfanya afikiri labda ndiyo sababu wale wanyama wa aina mbalimbali walimkataza asiingine mle mjini!

Alipoendelea mbele, aliona maduka wazi, akajua kuwa bila shaka humo mna watu. Aliliendea moja ya yale maduka alikoona aina mbalimbali za matunda yaliyopangwa. Humo alimwona mzee mmoja aliyekuwa ameketi ndani, akamsalimia.

Yule mzee, aliyekuwa akijishughulisha na mambo fulani, aliposikia sauti ya Badar Basim, alinyanyua kichwa. Alipoona ni kijana mwenye sura nzuri ya kupendeza na ya kuvutia, alishangaa, akamwuliza alikotoka na kilichomleta mle mjini. Mfalme Badar Basim alimridhisha kwa maneno machache; na yule mzee akamwuliza tena kama amekutana na mtu yeyote njiani.

"Wewe ni mtu wa kwanza kukutana naye," alijibu Badar Basim, "na nastaajabu kuona jiji kubwa kama hili limepungukiwa na watu."

"Ingia ndani, Seyyid yangu," alijibu yule mzee, "usibaki huko nje usije ukapatikana na maafa. Taratibu, nitakueleza sababu na kwa nini ujihadhari kama ninavyokushauri."

Mfalme Badar Basim aliingia mle dukani, akakaa karibu na yule mzee. Yule mzee aliposikia masaibu yaliyompata hata akawasili pale, alijua kuwa bila shaka mgeni wake ana njaa. Basi alimpatia chakula, akala mpaka akashiba, akarudiwa na nguvu zake.

Ingawa Mfalme Badar Basim alikuwa na shauku ya kutaka kujua kwa nini ajihadhari, yule mzee hakutaka kumweleza sababu mpaka atakapokula akiogopa huenda, akimwambia, akaondokwa na hamu ya chakula!

Alipoona ameshamaliza kula, alimwambia, "Una sababu kubwa ya kumshukuru Mwenyezi Mungu kwa kuwasili salama hapa kwangu bila kupatikana na lolote."

"Kwa nini?" Badar Basim aliuliza kwa wasiwasi mkubwa.

"Kwa sababu," alijibu yule mzee, "hili ni jiji la kichawi na linatawaliwa na Malkia mmoja mzuri wa sura, lakini mbaya wa tabia, katili, tena mchawi mwenye hatari! Utalihakikisha hili," aliongeza yule mzee, "utakpojua kuwa wale farasi, ngamia, nyumbu, na wanyama wengine uliowaona njiani, ni wanaume kama wewe waliobadilishwa umbo kwa ukatili wa kichawi wa malkia huyo. Wakati vijana kama wewe wanapoingia humu jijini, Malkia mwenye wapelelezi wake kote nchini huarifiwa, na yeye huwahadaa vijana kwa maneno matamu na ulaghai wake. Huwakaribisha kwa wema na kujipendekeza kwao kwa kuwastarehesha vizuri na kuwatukuza na kujifanya anawapenda. Hufaulu; lakini, baada ya kustarehe nao kwa muda wa siku arobaini, huwabadilisha, wakawa wanyama au ndege. Wale wanyama waliojaribu kukuzuia usiingie jijini, walifanya vile kukuzuia uepukane na hatari hiyo waliyoikabili wao na unaweza kuikabili na wewe."

"Bahati mbaya iliyoje hii iliyoniangukia!" alitamka Mfalme Badar Basim. "Muda mfupi tu, baada ya kuokolewa kutoka katika umbo la ndege, hali ambayo naikumbuka kwa kitisho kikubwa, sasa naikabili nyingine iliyo mbaya zaidi!"

Badar Basim alimsimulia yule mzee masaibu yote yaliyompata, na jinsi alivyo Mfalme kwao, na alivyompenda binti Mfalme wa Samandal, na ule ukatili wake wa kumgeuza akawa ndege mara tu alipomwona kwa mara ya kwanza, na jinsi anavyompenda.

Alipomweleza jinsi alivyobahatika kwa kuokolewa na Malkia fulani, yule mzee, kwa kumtia nguvu, alimwambia, "Licha ya yote yale niliyokueleza ya uchawi wa Malkia wa nchi hii, usiwe na wasiwasi kwa sababu mimi napendwa na wengi; hata Malkia mwenyewe ananiheshimu sana. Kwa hiyo, umebahatika kufika kwangu kuliko kama ungefika kwa mtu mwingine. Kwangu uko salama kabisa, na nakushauri ubaki hapa - kama utapenda - na hutatoweka humu jijini. Ukifanya hivyo, hutadhurika."

Mfalme Badar Basim alimshukuru yule mzee kwa kumpokea, na kumwahidi ulinzi wake. Aliketi karibu na mlango wa lile duka, ambako aliwavutia wapita njia. Wengi walisimama na kumpongeza yule mzee kwa kumpata mtumwa wa kuvutia kama yule! Lakini walistaajabu zaidi na kushangaa kuona kijana mzuri kama yule kaokoka kwa kutoingia mikononi mwa Malkia wao mwovu!

"Huyu kijana," yule mzee aliwaambia, "si mtumwa; nyote mnajua kuwa mimi si tajiri wa kuweza kununua mtumwa. Huyu kijana ni mpwa wangu, mwana wa ndugu yangu aliyefariki. Kwa kuwa mimi sikujaaliwa kupata watoto, nimemwagiza aje aishi nami."

Wale watu walimpongeza kwa kuwa na mpwa aliyeumbika vizuri vile; lakini hawakuweza kujizuia kumwambia kuwa wanamwogopea kuwa akionekana, atachukuliwa na Malkia.

"Unamjua vizuri," walimwonya yule mzee, "na unaifahamu hatari anayoikabili kama wenzake waliomtangulia. Masikitiko yaliyoje kama naye atatendewa yale waliotendewa wenzake waliomtangulia!"

"Nawashukuru," alijibu yule mzee, "kwa wema wenu kwangu, na kwa kumwogopea mpwa wangu. Lakini mimi sidhani kabisa kuwa Malkia atanitendea mimi jambo baya baada ya wema wote niliomfanyia. Hata hivyo, kama akisikia sifa za huyu kijana wangu, na akaongea nami juu yake, sidhani atamfanya lolote akijua kuwa ni mpwa wangu."

Yule mzee alifurahi sana kusikia zile sifa alizomiminiwa yule Mfalme wa Ajemi. Hata na yeye alimkhofia kana kwamba yule kijana ni mwanawe wa kweli. Alimwonea huruma, akazidi kumpenda kadiri yule kijana alivyozidi kuishi naye.

Baada ya mwezi mmoja, siku moja, wakati Mfalme Badar Basim alipokuwa ameketi karibu na mlango wa lile duka, kama ilivyokuwa desturi yake, Malkia Labe (ndilo lilikuwa jina la yule Malkia mchawi wa ile nchi), alipita pale kwa fahari kubwa akiongozana na walinzi wake.

Mfalme Badar Basim alipoona wafuasi wakimtangulia Malkia Labe, alinyanyuka, akaingia ndani, akamwuliza yule mzee maandamano yale yalikuwa ni ya nini.

"Malkia Labe atapita hapa," alijibu yule mzee, akiongeza, "simama utulie; usiogope jambo lolote."

Walinzi wa Malkia, waliovalia sare za rangi ya zambarau, wakiwa na silaha zao, waliongozana sambamba kwenye mistari minne, huku wameshikilia mikuki juu, na kila mmoja wa viongozi wao, wakati wakipita pale dukani, walimsalimia yule mzee. Askari hawa walifuatwa nyuma na kundi la watumwa waliovalia nguo za hariri, viongozi wao nao wakimwamkia yule mzee. Hawa nao walifuatwa nyuma na wasichana wazuri waliotembea kwa miguu waliovalia lebasi nzuri na vito mbalimbali. Wote hao walipita kwa fahari na kwa heshima, katikati yao akifuata Malkia Labe aliyempanda farasi aliyekuwa aking'aa kwa vito na hatamu yake ya dhahabu. Wale wasichana walimsalimia pia yule mzee wakati wakimpita; na Malkia Labe alipomwona Mfalme Badar, alisimama, akaita, "Abdallah" (ndio lilikuwa jina la yule mzee), "hebu niambie, nakusihi, huyo kijana mtumwa wako mwenye sura ya kupendeza, umekuwa naye kwa muda mrefu?"

Abdallah, kabla hajamjibu Malkia, alijitupa chini, akanyanyuka tena, akajibu, "Seyyidati, huyu kijana si mtumwa bali ni mpwa wangu, mwana wa ndugu yangu aliyekwisha fariki dunia. Kwa kuwa mimi sikujaaliwa kupata watoto, nimemchukua kama mwanangu ili anifariji, anirithi nitakapokufa."

Malkia Labe, ambaye alikuwa bado hajamwona kijana mwenye sura nzuri ya kupendeza kama Mfalme Badar, alimpenda, akafikiri namna ya kumchukua mara moja kutoka kwa yule mzee.

Malkia Labe Akimwangalia Badar Basim

"Baba," alitamka tena Malkia Labe, "huwezi kunipatia mimi huyu kijana kama zawadi? Nakusihi, usinikatalie; nakuapia kwa jina la moto na mwangaza, nitamtukuza na kumfanya mwenye nguvu kuliko alivyowahi kuwa mtu mwingine yeyote duniani. Ingawa nina uovu kwa wanadamu, yeye nitamtendea mema. Natumaini utanikubalia ombi langu, hasa kwa ajili ya uhusiano wetu mzuri tulio nao, na mimi nakuhakikishia sitamdhuru."

"Seyyidati," alijibu mzee Abdallah, "nakushukuru kwa ukarimu ulio nao kwangu, na heshima unayokusudia kumfanyia mpwa wangu. Lakini samahani, Malkia mtukufu, nikisema kuwa mpwa wangu hastahili heshima ya kumkaribia Malkia mtukufu kama wewe."

"Abdallah," alijibu Malkia, "siku zote nilijidanganya kuwa unanipenda, na kwamba usingenikatalia ombi langu. Najua sababu yako ya kuwa na wasiwasi, lakini, kwa mara nyingine tena, nakuapia kwa jina la moto na mwangaza, na jingine lolote katika dini yangu, mpwa wako hatadhurika."

Mzee Abdallah alisikitika sana, akamsikitikia na Mfalme Badar Basim kwa kule kulazimishwa na Malkia, akamwambia, "Seyyidati, natumaini hutakuwa na fikra mbaya ya kuamini kuwa sina heshima kwako. Lengo langu siku zote lilikuwa ni la kutekeleza kila linaloweza kukufurahisha na kukuridhisha. Nakuamini kabisa, na nina hakika hutavunja kauli yako; isipokuwa nakusihi tu, Malkia Mtukufu, uiahirishe heshima hii unayomfanyia mpwa wangu mpaka utakapopita tena hapa."

"Hiyo," alisema Malkia kwa furaha, "itakuwa kesho."

Wakati Malkia Labe na wafuasi wake wote walipotoweka, Mzee Abdallah alimwambia Mfalme Badar Basim, "Mwanangu, (alimwita hivyo hadharani kwa kumwogopea), "sikuwa na uwezo, kama ulivyoshuhudia, wa kumkatalia Malkia madai yake. Ningefanya hivyo, angetumia wazi au kisirisiri uchawi wake dhidi yetu sote wawili kukudhuru kama nilivyokwisha kukueleza. Lakini nina sababu ya kuamini kuwa wewe atakutumia vizuri, kama alivyoahidi, kwa ile heshima aliyo nayo kwangu, kama ulivyoona wakati walipopita hapa. Atakuwa mwovu kama atanidanganya; na akinidanganya, hataweza kuepuka kisasi changu."

Uthibitisho huu haukutosha kumtoa wasiwasi Mfalme Badar Basim. "Kwa uovu wote ule ulioniambia kuhusu Malkia labe," alijibu, "usistaajabu kuniona nikiwa na wasiwasi wa kumkabili. Katika hali niliyoipitia ya kubadilishwa umbo na binti Malkia Jauhara, na hii ya kukabili kuangukia mikononi mwa mwingine, imenitisha." Hapo machozi yakaanza kumlengalenga machoni akajizuia kuendelea.

"Mwanangu," alijibu mzee Abdallah, "ingawa ahadi na viapo vya Malkia Labe haviaminiki, usijali, kwani kipaji cha nguvu zake hakinifikii mimi na yeye mwenyewe analijua vizuri jambo hilo. Hiyo ndiyo sababu, wala si nyingine, ya kuniheshimu. Kama akijaribu lolote dhidi yako, naweza kumzuia mara moja asikudhuru. Hivyo basi, uniamini na ufuate ushauri wangu nitakaokupa kabla hujafuatana naye."

Siku ya pili, Malkia Labe hakuchelewa kupita tena pale mbele ya duka la mzee Abdallah, huku akifuatana kwa vishindo vikubwa na wafuasi wake kama awali. Abdallah alimsubiri kwa heshima.

"Baba," alitamka Malkia alipofika pale dukani, "bila shaka umekisia jinsi nilivyo na hamu kubwa ya kuwa na mpwa wako kwa jinsi nilivyokuja haraka hivi na kukukumbusha ahadi yangu. Najua kuwa wewe ni mtu wa kauli yake na sidhani utavunja ile ahadi yako."

Badala ya nyuso za furaha, Mfalme Badar Basim aliona raia wakimtazama Malkia kwa nyuso za chuki huku wakimlaani. Alisikia wengine wakinong'onezana, "Mchawi amempta mtu mpya wa kumtenda maovu! Ni lini dunia hii itaepekuana na laana huyu?"

"Maskini mgeni!" waliongeza wengine, wakisema, "kama unafikiri raha yako itadumu, umedanganyika! Badala yake, utatumbukia pabaya sana kama walivyotumbukia wenzio waliokutangulia!"

Maneno haya yalimthibitishia Mfalme Badar Basim ile kauli ya Abdallah kuwa Malkia Labe ni mwovu sana. Na kwa kuwa sasa hawezi kumwepuka, alimtegemea Mwenyezi Mungu tu.

Mara alipowasili kwenye kasri lake, Malkia Labe, alishuka, akampa mkono Mfalme Badar Basim kumsaidia kumshuka farasi wake, akaingia naye ndani huku akiongozana na wafanyakazi wake wa kike na viongozi wa matowashi wake. Yeye mwenyewe alimtembeza Badar Basim na kumwonyesha kasri lake, ambamo kote mlionekana mapambo ya dhahabu, vito, na samani za ajabu za thamani kubwa.

Alipomfikisha katika chumba chake cha kulala, alimpeleka kwenye roshani ambako aliweza kuona bustani nzuri ya kupendeza. Mfalme Badar Basim aliyasifu yote haya aliyoyaona ili asionyeshe dalili yoyote ya kuwa yeye si mpwa wa mzee Abdallah. Waliendelea kuongea mpaka walipoarifiwa kuwa chakula kimeandaliwa.

Malkia na Mfalme Badar Basim walinyanyuka, wakaelekea kwenye meza nene ya dhahabu kulikoandaliwa chakula ndani ya vyombo vya dhahabu. Walipomaliza kula, Malkia aliamrisha bilauri zao zijazwe divai nzuri adimu, akanyanyua bilauri yake, akanywa kwa siha ya Mfalme Badar Basim. Kabla hajaiweka mezani, Malkia aliamrisha bilauri zao zijazwe tena, akamkabidhi Badar Basim bilauri yake, naye aliipokea kwa heshima kubwa, akimwinamia Malkia kuonyesha heshima yake na kwamba, naye, anainywa kwa heshima ya Malkia.

Mara wajakazi kumi waliingia mle ndani wakiwa na zana tofauti za muziki, wakawatumbuiza kwa kuwapigia muziki na kuwaimbia kwa sauti za kusisimua, wakati Malkia na Mfalme Badar Basim wakiendelea kunywa mpaka usiku wa manane.

Divai ilipomkolea, Mfalme Badar alisahau kuwa anajishughulisha na Malkia mchawi, akamwona kama ni mwanamke wa kawaida aliye mzuri ajabu, ambaye mfano wake bado hajauona.

Malkia alipoona ile hali aliyomo Mfalme Badar, ambayo aliidhamiria, aliwaashiria matowashi na wajakazi wake watoke mle, waende zao.

Asubuhi ya pili, Malkia Labe na Mfalme Badar walikwenda kwenye hamamu walikoogeshwa na kuvishwa lebasi nyingine mpya nzuri. Malkia alimpokea tena Mfalme Badar, wakaelekea tena katika vyumba vyake, ambako, baada ya maakuli tofauti, waliendelea kubaki na kustarehe wakati mwingine wakitembea bustanini.

Malkia Labe aliendelea kumstarehesha vile Mfalme Badar kwa muda wa siku arobaini kama ilivyokuwa desturi yake na alivyowastarehesha wapenzi wake waliotangulia.

Usiku wa ile siku ya arobaini, wakati wakiwa pamoja kitandani, Malkia, akidhani Mfalme Badar Basim amelala fofofo, alinyanyuka taratibu. Lakini Mfalme Badar alikuwa macho. Alipoona Malkia ana jambo fulani anataka kulifanya kwa siri, alimwangalia kwa makini vitendo vyake vyote.

Malkia alinyanyuka, akafungua sanduku, akatoa kijaluba kilichojaa poda ya rangi ya manjano, akaichota kidogo, akaitia ndani ya maji yaliyokuwa ndani ya chombo, akachanganya na unga wa ngano, akaukanda kwa muda. Halafu alichanganya humo namna ya dawa nyingine kutoka katika vijaluba vingine, akatayarisha keki, akazitia katika chombo maalumu cha kuokea, akawasha makaa, akazioka. Wakati keki zikiiva, alivirudisha vile vyombo mahali pake, akatamka maneno fulani, vile vitu vyote vikatoweka! Halafu alichukua zile keki, akarudi kwa Mfalme Badar Basim aliyejifanya bado amelala usingizi mzito.

Mfalme Badar, ambaye zile raha na starehe zilimfanya amsahau mwenyeji wake mzee Abdallah, sasa aliaanza kumfikiria tena, hasa aliposhuhudia vile vitendo vya Malkia usiku ule. Kwa hiyo, mara tu asubuhi alipoamka, alimwomba Malkia amruhusu aende akamwone ammi yake.

"Mpenzi wangu Badar!" alitamka Malkia kwa sauti ya kushangaa, "je, tayari umeshachoka kuishi nami katika kasri langu hili ambamo unastareheshwa kwa kila namna, na ninamokuonyesha mapenzi yasiyokuwa na kifani?"

"Malkia mtukufu!" alijibu Mfalme Badar, "nawezaje kuchoka na mapenzi yako na ihsan unayonifanyia? Naomba tu ruhusa hii, Seyyidati, ili niende nikamtaarifu ammi yangu wema na heshima uliyonifanyia na wajibu wangu kwako. Sina budi kusema kuwa ammi yangu ananipenda sana na, kwa kuwa hajaniona kwa muda wa takriban siku arobaini sasa, naogopa asije akafikiri sitaki tena kumwona."

"Haya, basi nenda," alisema Malkia, "nakupa ruhusa, nikitumaini hutachelewa kurudi, kwani siwezi kuishi bila wewe."

Alipotamka maneno haya, Malkia alitoa amri Badar Basim atayarishiwe farasi aliyepambwa vizuri, akamkabidhi Mfalme Badar Basim, akaondoka mara ileile.

Malkia Labe Akikanda Unga

Mzee Abdallah alifurahi sana kumwona tena Mfalme Badar Basim. Bila kujali cheo chake, alimkumbatia, na Mfalme Badar naye alimkumbatia mzee Abdallah ili watu wasishuku kuwa yule si mpwa wake. Walipoketi, Abdallah alimwambia Mfalme Badar, "Malkia Labe, ambaye alitaka kumwondoa wasiwasi Mfalme Badar na kutopoteza imani ya Mfalme wa Ajemi, alikivunja kipande cha ile keki, akakitia mdomoni, akakila. Mara alipokimeza, alionekana ana wasiwasi, akabaki kimya. Mfalme Badar Basim, bila kupoteza wakati, alichota maji kutoka katika kile chombo Malkia alimochota maji, akamwagia nayo usoni, akatamka, "Mchawi mwovu we! Badilika kutoka umbo la mwanamke, uwe na umbo la farasi jike!"

Mara ileile Malkia Lebe alibadilika, akawa farasi jike mzuri ajabu, akawa amechanganyikiwa kupita kiasi kwa kujikuta katika lile umbo; akaanza kutoka machozi kwa wingi. Alikiinamisha kichwa chake miguuni pa Mfalme Badar, akitumaini atamwonea huruma.

Malkia Labe Aliyegeuka Farasi Akimsihi Badar Bassim

Hata kama angemwonea huruma, Badar Basim hakuwa na uwezo wa kumbadili tena. Basi alimwongoza mpaka kwenye mahali mlimowekwa farasi katika lile kasri, akamkabidhi mfanyakazi mmoja, akamwambia, amtie hatamu na amtandikie tandiko zuri. Lakini hatamu zote alizomjaribu, hakuna hata moja iliyomfaa. Alimchagua farasi mwingine, akampanda, yule aliyegeuzwa, akamwongoza, akaelekea naye kwa mzee Abdallah.

Kwa mbali mzee Abdallah alimwona Mfalme Badar akija na farasi, akajua kuwa bila shaka ametekeleza yale aliyomshauri.

"*La'anatullah alayk* mchawi!" alitamka mzee Abdallah kwa furaha, akimaanisha yule farasi, akiongeza, "mwisho wa yote laana ya Mwenyezi Mungu imekuangukia na umeadhibiwa kama unavyostahili."

Mfalme Badar Basim alishuka mlangoni pa Abdallah, akaingia ndani, akamkumbatia mzee Abdallah, akamshukuru kwa yote yale aliyomtendea. Alimhadithia yote yaliyotokea, na kwamba hakuweza kupata hatamu ya kumtosha yule farasi jike. Abdallah alimtia hatamu iliyomfaa, na baada ya Mfalme Badar Basim kumrudisha mtunza farasi wa Malkia pamoja na wale farasi wawili waliowapanda wao wawili, Abdallah alimwambia Mfalme Badar Basim, "Seyyid yangu, huna sababu tena ya kubaki katika jiji hili; mpande huyo farasi jike, urudi kwenye ufalme wako. Lakini bado nina moja la kukushauri, ikitokea kuwa utatengana na huyu farasi, uhakikishe kuwa hutengani na hii hatamu yake niliyomfunga."

Mfalme Badar Basim alimwahidi kuwa atalikumbuka hilo, akamuaga mfadhili wake mzee mwema Abdallah, akaondoka.

Yule kijana Mfalme wa Ajemi alipotoka katika lile jiji, alianza kufikiri kwa furaha jinsi alivyookoka, na kwamba yule mchawi mwovu sasa yumo mikononi mwake.

Siku tatu baada ya kuwasili katika jiji moja, na kuingia katika mtaa fulani, Mfalme Badar Basim alimwona mzee mmoja akielekea kwenye nyumba.

"Seyyid yangu," aliita yule mzee, akisimama, "ni ruksa kukuuliza unakotoka?" Mfalme Badar Basim alisimama kumridhisha, na wakati wakiongea, alitokea ajuza mmoja, akawafuata, akasimama mbele yao, akaanza kulia alipomwona yule farasi jike.

Mfalme Badar Basim alimwuliza kilichokuwa kikimliza vile. "Seyyid yangu," alijibu yule ajuza, "kwa sababu farasi wako huyu ananikumbusha farasi wetu mmoja aliyekuwa nae mwanangu na aliyetupotea siku nyingi tukafikiri amekufa. Nakusihi, tafadhali, niuzie. Nitakulipa zaidi ya thamani yake na nitakushukuru sana."

"Mama mwema," alijibu Mfalme Badar, "nasikitika sana siwezi kukutimizia ombi lako; farasi wangu huyu si wa kuuzwa."

"Tafadhali usinikatalie ombi langu," aliendelea kusihi yule ajuza, "ukitukatalia, mwanangu nami tutakufa kwa huzuni."

"Mama mwema," alijibu Mfalme Badar, "hata kama ningetaka kutengana na farasi mzuri huyu, sidhani kama ungeweza kumnunua kwa sarafu elfu moja za dhahabu, kwani nisingemwuza kwa bei ya chini ya bei hiyo."

"Kwa nini nisiweze kumnunua kwa bei hiyo?" aliuliza tena yule ajuza. "Kama hiyo ndiyo bei ya mwisho unayomwuza, niambie nami nitakwenda kukuchukulia hizo sarafu."

Mfalme Badar, aliyemwona yule ajuza aliyevalia kimaskini, hakutazamia kuwa angeweza kupata fedha nyingi kama zile; alimjaribu kwa kumwambia, "Haya, nenda; ukiniletee hizo fedha. Ukiniletea, farasi ni wako."

Mara ileile yule ajuza alitoa mkanda mnene alioufunga kiunoni, mle ndani akatoa fedha zilizokuwamo, akamwambia Mfalme Badar azihesabu, na kama zimepungua, kwake si mbali atakwenda upesi kumchukulia zitakazobaki.

Mfalme Badar aliyeshangaa kuona ule mkanda uliojaa zile sarafu, alimwambia, "Mama mwema, bado hujaelewa kuwa simwuzi farasi wangu huyu."

Lakini yule mzee aliyeshuhudia yote yale yaliyopita baina ya Mfalme Badar na yule ajuza, alisema, "Mwanangu, ni muhimu kujua jambo moja, ambalo naona hulijui. Nalo ni, katika jiji hili haikubaliwi kwa mtu yeyote kuuza uwongo. Akifanya hivyo, atakabili kifo! Huwezi kukataa kupokea fedha za mama huyu na kumpa farasi wako akikulipa fedha taslim kama ulivyodai, mkakubaliana. Ni kheri ufanye hivyo bila kelele zozote bila kujulikana, ama sivyo utajitia katika hatari."

Mfalme Badar, aliyeshtuka kwa kujitia tena katika matatizo mengine, kwa masikitiko makubwa, alimshuka yule farasi. Yule ajuza mara ileile alishika hatamu ya yule farasi, akamfungua, akatia mkono kwenye maji kutoka katika chemchem iliyokuwa ikitiririka karibu yao, akamwagia nayo yule farasi, akitamka, "Binti, badilika kutoka katika hili umbo geni, urudie umbo lako la kawaida!"

Mfalme Badar Basim aliingiwa na kiwewe alipomwona yule farasi akigeuka tena kuwa Malkia Labe! Yule ajuza, aliyekuwa mama mzazi wa Labe, na aliyemfunza uchawi binti yake, baada ya kumkumbatia, alionyesha hasira zake kwa kuliita jini kubwa la kutisha, akaliamrisha liwabebe wote, pamoja na Mfalme Badar Basim. Kufumba na kufumbua macho, walijikuta wako katika lile jiji la kichawi la Malkia Labe!

Mara ileile Malkia Labe alimgeukia Mfalme Badar Basim, akamfokea kwa hasira, akisema, "Hivyo ndivyo wewe na yule ammi yako mlivyonilipa kwa ile hisani niliyokufanyia? Basi nitawaonyesha yale mnayostahili!"

Hakusema zaidi ya hayo bali alitia mkono majini, akayachota, akamwagia Mfalme Badar Basim usoni, akitamka, "Badilika umbo uchukue la bundi!"

Mara ileile alimwamrisha mmoja wa wajakazi wake amtie ndani ya tundu, wasimpe chochote cha kula wala cha kinywaji.

Yule mjakazi alilichukua lile tundu bila kujali yale aliyoyatamka Malkia, akampa yule bundi nyama na maji ya kunywa. Na kwa kuwa alikuwa rafiki wa mzee Abdallah, alituma habari kumwarifu kuwa Malkia amemgeuza bundi mpwa wake, na kwamba ana mpango wa kuwaangamiza wote wawili: yeye na mpwa wake, Badar Basim. Kwa hiyo, upesi achukue hatua ya kumsalimisha mpwa wake na kujisalimisha yeye mwenyewe dhidi ya Malkia Labe.

Jini Likimbeba Yule Mwanamke

Mzee Abdallah alipiga mbinja, na mara ileile palitokea jini kubwa ajabu lenye mbawa nne, likamwuliza Abdallah lile alitakalo. "Radi," Abdallah aliliambia lile jini (kwani hilo ndilo lilikuwa jina lake), "nakuamrisha uyaokoe maisha ya Mfalme Badar Basim, mwana wa Malkia Gulnar. Nenda haraka kwenye kasri la Malkia Mchawi, ukamchukue yule mwanamke anayelinda tundu la bundi, umpeleke katika makao makuu ya Ajemi ili amwarifu Malkia Gulnar hatari anayoikabili mwanawe. Tahadhari, usimtishe huyo mwanamke utakapomtokea, umwambie kuwa nimekutuma mimi na analopaswa kufanya."

Radi alitoweka mara moja, na mara ileile alitokea katika kasri la Malkia Mchawi. Alimwendea yule mwanamke, akamnyakua, akapaa naye hewani mpaka mji mkuu wa Ajemi ambako alimtua kwenye roshani ya kasri la Malkia Gulnar. Yule mwanamke alishuka ndani, akamwona Malkia Gulnar na mama yake Malkia Farashe, wote wawili wakiomboleza wakimlilia Badar Basim. Aliwafanyia heshima kama walivyostahili, akawaarifu kilichomleta mle, na hatari anayoikabili Mfalme Badar Basim, na msaada anaouhitaji kutoka kwao kama alivyotumwa na mzee Abdallah.

Malkia Gulnar alifurahi sana kusikia habari zile. Mara ileile alinyanyuka kutoka pale alipoketi, akamwendea yule mwanamke, akamkumbatia, akamshukuru kwa ile habari njema aliyomletea. Basi alitoka nje, akaamrisha tarumbeta zipulizwe na ngoma zipigwe kuliarifu taifa kuwa Mfalme wa Ajemi atarejea kwenye jiji lake hivi karibuni! Halafu alikwenda akamwona kaka yake Mfalme Saleh aliyekuwa ameshaitwa na mama yake Malkia Farashe kwa kufukia motoni dawa fulani.

"Kaka," Gulnar alimwambia kaka yake, "Mfalme mpwa wako, mwanangu mpenzi, yuko katika Jiji la Kichawi, chini ya mamlaka ya Malkia Lebe. Sisi sote wawili tusipoteze wakati, twendeni tukamwokoe!"

Mara ileile Mfalme Saleh aliamrisha jeshi lake la baharini lijitokeze, halafu aliita majini walio rafiki zake waje wamsaidie, ambao walijitokeza kwa idadi kubwa kupita hata jeshi lake. Majeshi yote hayo mawili yalipojikusanya, aliliongoza, wakifuatwa na Malkia Farashe, Malkia Gulnar na mabinti wafalme wengine walio ndugu. Wote walipaa angani na, baada ya muda, walimiminika katika Jiji la Uchawi, ambako Malkia wa Uchawi, mama yake, na wafuasi wao wote waabuduo moto na mwangaza waliangamizwa mara moja.

Malkia Gulnar alimwamrisha yule mwanamke aliyemletea habari za mwanawe aende akamletee lile tundu. Amri hiyo aliitekeleza mara moja, na Malkia Gulnar alilipokea, akalifungua, akamtoa yule bundi, akisema wakati akimnyunyizia maji, "Mwanangu mpenzi, badilika kutoka katika hili umbo la kigeni, urudie tena lile lako la asili la kibinadamu!"

Mara ileile Malkia Gulnar, badala ya yule bundi wa kutisha, aliona amemshikilia mwanawe Mfalme Badar Basim! Alimkumbatia kwa furaha, huku akimiminikwa machozi badala ya maneno. Hakuweza kumwachilia mwanawe. Ilimbidi Malkia Farashe amtoe kwa nguvu mikononi mwake ili naye amkumbatie mjukuu wake. Ilmradi ikawa zamu ya mjombake, Mfalme Saleh wa Baharini na wale ndugu zake wengine!

Jambo la kwanza alilolifanya Malkia Gulnar ni kumtafuta mzee Abdallah, ambaye alilazimika kumshukuru kwa yote yale aliyomfanyia mwanawe, akimwambia, "Shukrani zangu kwako hazina kifani. Hakuna lolote lililo katika milki yangu ninaloweza kukulipa kwa yote yale uliyomfanyia mwanangu. Tafadhali niambie ulitakalo ambalo naweza kukutekelezea."

"Malkia mkuu," alijibu mzee Abdallah, "kama yule mwanamke niliyemtuma kwako atakubali, ningependa kumwoa, na kama Mfalme wa Ajemi atakubali, ningependa kuwa katika majlis yake. Nitaridhika kumhudumia kwa zile siku zangu zilizobakia katika maisha yangu."

Malkia alimgeukia yule mwanamke aliyekuwa karibu yake na aliyeona haya kwa kupewa ile heshima asiyoistahili, akakubali, na Mfalme wa Ajemi aliwapongeza kwa kuwapa mkono.

Arusi hii ilimfanya Mfalme wa Ajemi kumwambia Malkia, "Seyyidati, nimefurahi kwa kuwaoza watu hawa wawili. Lakini kuna arusi nyingine iliyobaki ambayo nataka uifikirie."

Kwanza Malkia Gulnar hakujua ni arusi gani hiyo mwanawe anayoizungumzia. Lakini baada ya kufikiri kidogo, alisema, "Unamaanisha arusi yako, mwanangu? Kama ni hiyo, niko radhi na naikubali kwa moyo wangu wote."

Aliwageukia wasimamizi wa kaka yake, na yale majini yaliyokuwepo pale bado, akatamka, "Nendeni kila pembe ya dunia mkamtafutie mwanangu binti Mfalme mzuri anayemstahili. Mtakapompata, mrudi mniarifu."

"Seyyidati," alijibu Mfalme Badar, "hakuna haja ya kuwasumbua. Bila shaka umesikia kuwa tayari nimeshampenda binti Mfalme wa Mfalme wa Samandal, ambaye sifa za uzuri wake zinajulikana. Mimi mwenyewe nimemwona. Kwa maoni yangu, hakuna binti Mfalme mwingine yeyote wa baharini au wa nchi kavu anayeweza kulingana naye. Kweli alinitenda mabaya baada ya mimi kujitambulisha kwake na kumweleza jinsi ninavyompenda. Lakini yote hayo aliyatenda baada ya kuambiwa yale yaliyomsibu baba yake. Huenda sasa Mfalme wa Samandal akawa amebadili nia yake, na binti yake akayakubali mapenzi yangu akiona baba yake ameafiki."

"Mwanangu," alijibu Malkia Gulnar, "kama binti Mfalme Jauhara ndiye wa pekee atakayekuridhisha katika maisha yako, siwezi kukukatalia. Inampasa mjomba wako aende akamlete Mfalme wa Samandal, halafu tuone kama bado ni yule mwenye hasira au amebadilika tabia."

Ingawa Mfalme wa Samandal aliwekwa kizuizini na Mfalme Saleh, hata hivyo alipata heshima zote alizostahili Mfalme. Mfalme Saleh aliagiza aletewe kigae cha makaa, ambamo alitia namna ya dawa fulani, huku akitamka maneno yasiyoeleweka. Moshi ulipopanda juu, kasri lilitetemeka, na mara ileile Mfalme wa Samandal, akiwa pamoja na wakuu wa Mfalme Saleh, walitokea. Mfalme wa Ajemi alimpigia magoti Mfalme wa Samandal, akasema huku ameinamisha kichwa chake, "Seyyid yangu, si maombi ya Mfalme Saleh tena ya kutaka kuunganisha uhusiano mzuri na ufalme wa Ajemi. Ni Mfalme mwenyewe wa Ajemi ambaye, kwa unyenyekevu mkubwa, anakuomba, nikitumaini, Seyyid yangu, hutakuwa chanzo cha kifo cha Mfalme ambaye hawezi tena kuishi kama hataishi maisha yake yote pamoja na binti Mfalme Jauhara."

Mfalme Samandal hakumwacha Mfalme wa Ajemi ateseke vile kwa kumpigia magoti. Alimnyanyua, akamkumbatia, akasema, "Nitasikitika sana kama nikiwa sababu ya kifo cha Mfalme astahiliye kuishi. Kama ni kweli kuwa maisha yenye thamani hivi hayawezi kuokolewa bila binti yangu, ishi, mwanangu, binti yangu ni wako! Siku zote amekuwa mtiifu kwangu, na sidhani leo atapinga pendekezo hili."

Baada ya kutamka maneno haya, alimtuma mmoja wa watumishi wake, ambaye alikubaliwa na Mfalme Saleh, aongozane naye, kwenda kumleta mara moja binti Mfalme Jauhara.

Alipofika, akiongozana na wajakazi wake, Mfalme wa Samandal alimkumbatia binti yake, akamwambia, "Binti yangu, nimekupatia mume; ni Mfalme wa Ajemi aliye mashuhuri kwa kila sifa duniani. Kukuchagua wewe kuliko binti Mfalme mwingine yeyote, ni heshima kubwa inayotupasa sisi kumshukuru, je wasemaje?"

"Seyyid yangu," alijibu binti Mfalme Jauhara, "unajua kuwa mimi si wa kupinga lolote likuridhishalo wewe baba yangu, wala sitafanya hivyo. Natumaini Mfalme wa Ajemi atayasahau yale niliyomtenda, akiyafikiria kuwa yalinilazimu kuyafanya kutokana na ile hali niliyokuwa nayo wakati ule."

Basi ndoa yao ilisherehekewa kwa shangwe kubwa katika kasri la lile Jiji la Uchawi pamoja na wale wapenzi wote wa Malkia Labe aliowabadili kuwa hayawani na waliorudia tena umbo lao mara tu Malkia Labe alipokufa. Walimshukuru Mfalme wa Ajemi, Malkia Gulnar, na Mfalme Saleh. Wote walikuwa wana wafalme au waungwana wa tabaka la juu katika jamii zao.

Mfalme Saleh alimrudishia Mfalme Samandal ufalme wake. Mfalme wa Ajemi, kwa kufuatana na ombi lake, alirudi kwenye makao yake makuu akiongozana na mama yake Malkia Gulnar, Malkia Farashe, na mabinti wafalme wengine walio ndugu zake. Malkia Farashe na wale mabinti wafalme waliendelea kuishi na Mfalme wa Ajemi na mke wake mpaka Mfalme Saleh alipokuja kuwachukua na kurudi nao kwao chini ya mawimbi ya bahari.

* * *

Alipomaliza kusimulia kisa hiki kirefu cha kusisimua, Dunyazad alimwambia dada yake kuwa, kama kawaida yake, amewasimulia kisa cha ajabu sana. Ndipo Shahrazad alipomjibu kuwa, ana visa vingine vingi vya ajabu zaidi ambavyo yuko tayari kuwasimulia, kama Sultani atamruhusu. Sultani Shahriyar alipokubali, Shahrazad, kabla hawajawasimulia kisa cha ajabu cha mwanamke mwadilifu wa Qahira na waungwana wanne, kwanza aliwasimulia kisa cha:

Mwenye Punda na Wezi

Imesimuliwa kuwa, alianza Shahrazad, siku moja wezi wawili wajanja walimwona mjinga mmoja akishikilia ncha ya kamba aliyomfungia punda wake shingoni, akimwongoza kwenye barabara isiyokuwa na watu.

"Nitamwiba yule punda na kumfanya yule mwenyewe aonekane mjinga wa mwisho," alisema mmoja wa wale wezi wawili akimwambia mwenzake.

Basi yule mwizi alimfuata taratibu yule mwenye punda, akaifungua ile kamba aliyofungiwa yule punda shingoni, akajifunga nayo yeye mwenyewe shingoni, akamfuata taratibu yule mwenye punda.

Alipohakikisha kuwa rafiki yake ameshatoweka na yule punda, yule mwizi alisimama, akagoma kwenda. Mwenye punda aliivuta kamba kwa nguvu, akaona imekaza. Alipogeuka nyuma kumtazama punda wake, alishangaa kuona punda wake amegeuka kuwa binadamu!

"Kwa jina la Mwenyezi Mungu!" alipiga kelele yule mwenye punda kwa mshangao mkubwa, akauliza, "wewe ni nani?"

"Bwana," alijibu yule mwizi, "mimi ni yule punda wako; lakini kisa changu ni cha ajabu na cha kushangaza. Kilitokea siku moja wakati niliporejea nyumbani nikitoka ulevini; na kama ilivyokuwa kawaida yangu, nilikuwa nimelewa ndii kupita kiasi! Mama yangu,mcha Mungu, aliponiona nimo katika ile hali ya ulevi ya kila siku isiyobadilika, alinigombeza, nami nilikasirika, nikampiga. Hapo mama yangu alinilaani, na mara ileile nilibadilika nikageuka kuwa yule punda wako aliyekuwa akikufanyia kazi kwa miaka yote ile! Leo, bila shaka, mama yangu alinionea huruma, akaniombea Mungu, nikabadilika, nikarudia tena umbo langu hili la kibinadamu!"

"Hakuna mwenye nguvu na mwenye uwezo isipokuwa Allah!" alitamka yule mwenye punda kwa mshangao mkubwa! "Tafadhali, nakuomba sana msamaha kwa yote yale mabaya na ya kikatili niliyokutenda wakati ulipokuwa punda wangu!"

Baada ya kutamka maneno hayo, yule mwenye punda aliifungua ile kamba shingoni mwa yule mwizi, akamwacha, akarejea kwake huku amejaa huzuni, majonzi na mshangao mkubwa.

“Je, umepatikana na nini, mume wangu,” aliuliza mkewe, “na punda wako yuko wapi?”

Alipomsimulia kile kisa cha ajabu, mke wake aliisugua mikono yake, akatamka kwa huzuni na masikitiko, “Laana ya Mwenyezi Mungu itatuangukia kwa kumtumia vibaya kama punda mwanadamu mwenzetu!”

Hapo alipiga magoti, akaanza kuzinukuu aya fulani fulani za Qur´an Tukufu, akitubu!

Baada ya kubaki nyumbani kwake kwa muda wa siku kadhaa bila kazi yoyote, siku moja mke alimfaraji mumewe, akamwambia aende akamnunue punda mwingine aanze tena kazi yake; na mume akaelekea sokoni.

Wakati akikagua punda waliokuwa wakiuzwa pale sokoni, yule mtu alistaajabu kumwona yule punda wake akiwa ni mmoja wa punda waliokuwa wakiuzwa! Alipomtambua na kuhakikisha kuwa kweli ni yule punda wake, alimwendea, akamnong’oneza sikioni, “Amma kusema kweli wewe umelaaniwa! Je, umeurudia tena ule mtindo wako mbaya wa kumpiga mamiyo? Wallahi, safari hii, sitakununua mara ya pili!”

Kisa cha Mwanamke Mwadilifu wa Qahira na Waungwana Wanne

Mwanamke mmoja mwadilifu wa Qahira mwenye nidhamu nzuri, ambaye alikuwa nadra kutoka nyumbani mwake isipokuwa kwa jambo la dharura sana, siku moja, wakati akirudi kutoka katika hamamu, alipita karibu na mahakama ya Kadhi wakati mahakama imekwisha na watu wakitiririka kutoka.

Kadhi wa ile mahakama, ambaye alikuwa akielekea nyumbani kwake, alipomwona yule mwanamke, alivutiwa na uzuri na haiba yake, alimwita kwa sauti ya chini, akamnong'oneza sikioni kuwa anamtaka na angependa kukutana naye faragha.

Kwa kutaka kumwadhibu kwa ile tabia mbaya ya kutokuwa na adabu, na ya kumvunjia heshima vile, yule mwanamke alikubali, akamwambia Kadhi jioni aende nyumbani kwake, jambo ambalo lilimfurahisha sana yule Kadhi.

Wakati akielekea kwake, njiani yule mwanamke alitongozwa tena na watu wengine watatu ambao, kama yule Kadhi, aliwaambia wafike nyumbani kwake jioni ileile lakini wakati tofauti. Mmoja wa waungwana hao alikuwa mkusanya kodi wa jiji la Qahira, wa pili alikuwa mkuu wa wauza nyama sokoni aliyekuwa maarufu, na wa tatu alikuwa mfanyabiashara mashuhuri aliyejulikana sana jijini.

Yule mwanamke aliporejea nyumbani, alimwarifu mume wake yale yaliyotokea, akamwomba akubali wale wanaume waje, awaadhiri ili, kwa kumvunjia heshima vile jambo ambalo, alisema wakija, halitawafurahisha wao wawili tu, bali litawafanya hao watu wamletee zawadi, na kuwakomesha wasirudie tena kutongoza wake wa watu barabarani.

Mume, ambaye alimwamini mke wake, alikubali, na yule mwanamke alijipamba kwa lebasi nzuri, akaketi nyumbani mwake akiwasubiri wale wageni wake.

Jioni ilipoingia, na Kadhi alipomaliza kuswali swala ya Magharibi, alielekea kule kwa yule mwanamke, akabisha mlango kwa kuugonya. Mlango ulifunguliwa na yule mwanamke, alimwongoza Kadhi juu ghorofani. Kadhi alimkabidhi yule mwanamke ushanga wa lulu wa thamani kubwa, na yule mwanamke akamwambia Kadhi avue nguo, na badala ya joho lake, avae fulana ya rangi ya manjano na kofia aliyomkabidhi. Wakati wote huo mume wa yule mwanake alikuwa akiwachungulia kutoka katika mlango wa kabati lililokuwa si mbali na pale walipokuwa, akijizuia kupasuka mbavu kwa kucheka kwa kumwona Kadhi, aliyezidiwa na mahaba, alivyokuwa akikubali kwa furaha kila aliloambiwa na mke wake.

Furaha ilimwishia Kadhi mara moja na kugeuka woga wa kutokwa jasho jembamba wakati, kabla hajaonja kinywaji alicholetewa, mlango ulipogongwa tena. Yule mwanamke, akionyesha woga, alimaka, "Mtume asimame! Huyo, bila shaka, ni mume wangu, na kama akikukuta humu, atatuua sote wawili!"

Kadhi kusikia vile, moyo ulimshuka tumboni, nusura azirai kwa woga! Yule mwanamke alimtoa woga kwa kumwambia upesi aingie ndani ya chumba cha kulala kilichokuwa jirani, akimwonya asitoke, abaki humo kimya wakati yeye akifanya mpango wa kuokoka kwake. Kadhi alilikubali, huku kimoyomoyo akiapa kuwa, akiokoka, aslan hatashawishiwa tena na shetani kutongoza wake wa watu!

Baada ya kuhakikisha kuwa Kadhi kaingia ndani, yule mwanamke alielekea haraka kule mlangoni, akaufungua, akamwona mkusanya kodi, amesimama wima kama mlingoti pale mlangoni huku ameshikilia, seti ya johari kama zawadi.

Yule mwanamke alimwongoza mpaka juu, akamwambia na yeye avue nguo zake, akamvalisha kizibao cha rangi nyekundu ilivyoiva, na kofia ya kijani kibichi yenye madoadoa meusi.

Kabla hajakaa vizuri, ghafla mlango uligongwa tena, yule mwanamke akamwambia yule mtu wa pili haraka akajifiche katika kile chumba cha kulala! Alipoingia ndani, alifurahi kumwona Kadhi aliyevishwa nguo za kuchekesha kama yeye! Kwa kuashiriana, wale waungwana wawili, waliwasiliana kwa ishara wakiogopa kutamka lolote wasije wakagunduliwa na mume mwenye nyumba.

Mkuu wa wauza nyama sokoni, alipowasili, zawadi yake ilipokelewa, naye alipandishwa juu, akaambiwa avue nguo, akavishwa kizibao cha bluu pamoja na kofia ya rangi ya zambarau iliyonakshiwa kwa kombe za baharini.

Kabla na yeye hajakaa vizuri, mlango uligongwa tena kwa mara ya nne, na yule mwungwana naye akakimbizwa mpaka ndani ya chumba cha kulala, akawakuta wale wenziwe.

Aliyekaribishwa ndani safari hii alikuwa yule mfanyabiashara mashuhuri aliyemkabidhi yule mwanamke mwerevu zawadi ya vitambaa mbalimbali vya hariri. Na yeye, hali kadhalika, aliambiwa avue nguo, akavishwa kizibao cha rangi ya samawati na kofia yenye mistari miekundu na mieupe ambayo, kabla hajaivaa vizuri, mlango, kwa mara nyingine tena, ulibishwa kwa kishindo kikubwa!

Yule mwanamke alionyesha kushtuka na kutishika, akatamka kuwa huyo ni mumewe, akamkimbiza yule mfanyabiashara mpaka ndani ambako, kwa mastaajabu makubwa, aliwakuta waungwana watatu aliowajua vizuri!

Mume, ambaye alitoka taratibu mle kabatini na kwenda nje kuugonga mlango, aliingia ndani, na baada ya kumsalimu mkewe, aliketi, akapewa sharbati. Baada ya kunywa na kupumzika kidogo, alianza kuongea na mke wake kwa sauti ya juu iliyosikika mle ndani walimokuwamo wale waungwana ambao, wakati huo, walikuwa wanatetemeka kwa khofu!

"Nuru ya macho yangu," alianza mume, "je, leo umekutana na jambo lolote la kufurahisha wakati ulipokwenda kwenye hamamu? Kama umekumbana nalo, hebu nidokeze kidogo nijue."

"Hakika nimekumbana nalo," alijibu mke. "Nilikutana na viumbe wanne ambao" (wakati huo wale waungwana wanne wakajua kuwa sasa wameshaangamia!) "nilitaka kuwaleta humu nyumbani" (kauli hii iliwatuliza roho kidogo wale waungwana!) "ili tujifurahishe nao kidogo. Lakini niliogopa huenda kuwaleta kwao kukakuudhi wewe. Lakini kama utakubali, tunaweza tukawaleta kesho."

Kauli hii iliwapa wale waungwana matumaini ya kuokoka kwa ajili ya werevu wa yule mwanamke; wakaanza kupumua.

"Nasikitika kuwa hukuwaleta," alisema mume, "kwa sababu kesho sitakuwepo hapa kwa ajili ya kazi."

Yule mwanamke aliangua kicheko, akasema, "Ukitaka kujua ukweli, nimewaleta na nilikuwa nikijifurahisha nao wakati ulipobisha mlango. Kwa kukuogopa huenda ukashuku mabaya, nimewakimbiza na kuwatia ndani ya chumba cha kulala, nikawaficha humo mpaka nitakapojua utakavyohisi ukijua, nikitumaini kama hutafurahishwa na jambo hilo, niwatoe kisirisiri."

Hakuna anayeweza kukisia jinsi wale waungwana walivyohisi kusikia kauli ile, hasa walipomsikia mume akimwambia mkewe aende akawalete mmoja mmoja, akisema, "Kawalete ili kila mmoja wao aje atutumbuize kwa ngoma, na kutusimulia kisa. Kama sikuridhika nao, nitawafyeka vichwa kwa kuingia nyumbani mwangu bila idhini yangu!"

"Mungu Atulinde!" alitamka Kadhi kwa woga. "Waungwana, watu wazima kama sisi wenye heshima zetu, tunawezaje kurukaruka humu kama karagosi? Lakini hakuna jingine la kufanya au la kuokoka kutoka katika mikono ya mume huyu katili isipokuwa kutimiza matakwa yake." Wenzake wakawa hawana budi kumwunga mkono kwa kupiga moyo konde na kuwachezea wenye nyumba kwa kurukaruka kama tumbili!

Yule mwanamke aliingia mle ndani, akamkabidhi Kadhi kigoma, akamshika mkono, akamwongoza mpaka chini ambako Kadhi, kwa woga mkubwa na kutetemeka kwake, alianza kurukaruka huko na huko kwa kufuata mdundo wa kigoma alichokuwa akikipiga, huku mke na mume wakiwa hawana mbavu kwa kucheka, mume akisema, "Hakika, mke wangu, kama sikujua kuwa huyu ni nyani hasa, ningemdhania ni Kadhi wetu! Lakini, bila shaka, Kadhi wetu mwenye heshima zake, hivi sasa ama yuko msikitini akimwabudu Mwenyezi Mungu, au bado anajishughulisha na utafiti wa kesi atakazozihukumu kesho."

Kusikia vile, Kadhi aliongeza kasi ya kurukaruka kipumbavu, akitumaini hatatambulikana. Alichoka kwa kurukaruka kule asikokuzoea, lakini mume aliendelea kumhimiza na kumtisha kwa sime alilolishikilia mkononi mpaka Kadhi akawa hoi akaanguka chini, akazirai huku akibubujikwa jasho! Walimnyanyua, wakammiminia divai kinywani kwa nguvu, ikamtia nguvu kidogo. Alipopumua, wakampa kitu kidogo cha kula, pamoja na kikombe cha divai, akapata nguvu tena. Ndipo mume mwenye nyumba alipodai amsimulie hadithi. Kadhi, akiwa bado amejaa khofu, aliwasimulia:

Kisa cha Mshona Nguo na Mke wa Jirani yake.

Kijana mmoja mshona nguo, ambaye duka lake lilielekezana na nyumba ya mkuu mmoja wa serikalini, alivutiwa sana na mke mzuri kijana wa yule mkuu. Mwanamke huyu alikuwa na tabia ya kusimama mara kwa mara kwenye roshani ya ghorofa yao akipunga upepo. Jambo hili lilimfanya yule mshona nguo kila siku amsubiri kwa hamu yule mwanamke ili amfanyie ishara za kimapenzi. Kwa muda mrefu yule mwanamke hakumjali; mwisho alichoshwa na ile tabia, akakata shauri kumwadhibu yule kijana ili aachane na ile tabia.

Baada ya kufikiri la kufanya, siku moja, wakati mume wake ametoka kwa muda wa saa chache, yule mwanamke alimtuma mjakazi wake mmoja aende akamwalike yule mshona nguo aje anywe naye kikombe cha kahawa.

Ni vigumu kueleza jinsi yule mshona nguo alivyofurahi aliposikia anaalikwa na yule mwanamke! Alimwangukia miguuni yule mjakazi kwa kumletea ile habari njema, akampa zawadi ya kipande kidogo cha dhahabu, akaanza kubwabwaja maneno ya kimashairi aliyoyatunga mara ileile kumsifu yule mwanamke!

Haraka alivalia lebasi safi, akapiga vizuri kilemba chake, akayasokota masharubu yake, akaelekea kwa yule mwanamke, alikokaribishwa ndani. Yule mwanamke, aliyekuwa ameketi kwenye kochi kubwa la fahari, taratibu alinyanyuka kwa maringo, akaufunua ushungi wake, akamkaribisha yule mshona nguo aliyeingiwa na kiwewe kwa kumkaribia yule mwanamke, nusura azirai!

Ingawa alikaribishwa, uzuri wa yule mwanamke na jinsi alivyokuwa akiona haya, yule mshona nguo, hakuweza kumkaribia bali alibaki kwenye pembe ya zulia. Kahawa ililetwa, akapewa kikombe; lakini kwa kuwa alikuwa bado hajaona jumba la fahari la namna ile, na uzuri wa yule mwanamke, badala ya kile kikombe kukielekeza mdomoni, alijigonga nacho puani, akajimwagia ile kahawa! Yule mwanamke alitabasamu, akaamrisha aletewe kikombe kingine cha kahawa.

Wakati akijaribu kuinywa, mara mlango uligongwa! Yule mwanamke alishtuka, akampigia kelele yule mshona nguo, akisema, “Mungu wangu we! Huyo anayebisha mlango bila shaka ni mume wangu! Akitukuta pamoja, kwa hasira zake nizijuazo, na wivu alio nao, atatuua sote wawili!”

Akitetemeka kwa khofu, mshona nguo alianguka pale kwenye zulia akazirai! Yule mwanamke na mjakazi wake walimwagia maji usoni, akapata nafuu, wakamkimbiza mpaka katika chumba kimoja, wakamwambia abaki humo kimya kama maji mtungini, hiyo ikiwa ni njia ya pekee ya kuyaokoa maisha yake.

Alibaki mle chumbani akitetemeka, akiwa si mfu wala si hai akiwa na uhakika kabisa kuwa mapenzi aliyokuwa nayo kwa yule mwanamke yamemwishia! Akaweka nadhiri kuwa, akisalimika kutoka mle salama salimini, hatatupia tena macho kule kwenye ile roshani!

Walipohakikisha yule mshona nguo yumo salama mle chumbani, yule mwanamke aliketi kwenye lile kochi, akamwamrisha mjakazi wake aende akaufungue mlango. Mume alipoingia, alistaajabu kuona meza imeandaliwa vizuri kwa kahawa na vitamutamu, akamwuliza mke wake ni nani aliyekuwa naye pale. Yule mwanamke alimjibu, "Nilikuwa na mpenzi wangu!"

"Yuko wapi sasa?" aliuliza mume kwa hasira.

"Yumo katika chumba chako;" alijibu mke, akiongeza "na kama umekasirika, nenda ukamwue halafu uje uniue na mimi!"

Mume alidai ufunguo, akapewa. Wakati haya yakitendeka, maumivu ya mwili na roho aliyokuwa akiyakabili maskini mshona nguo, yalikuwa yanashinda kifo chenyewe! Kwani alitazamia kuingiliwa na mume mwenye nyumba na kukatwa kichwa kwa dharuba moja ya panga!

Yule mume aliupokea ufunguo, akaelekea kule mlangoni, akautia kwenye tundu ya ufunguo. Hapo ndipo alipomsikia mke wake akiangua kicheko; mume alimwuliza kwa hasira, "Unamcheka nani?"

"Nakucheka wewe, mume wangu," alijibu mke. "Kwani ni nani, isipokuwa wewe tu, awezaye kuamini kauli ya mwanamke kumwelekeza mumewe alikomficha mpenzi wake? Nilikuambia hayo kwa sababu ya kujaribu kuona wivu ulio nao; ndiyo maana nikafanya mpango huo!"

Mume aliposikia vile, alimpenda zaidi mke wake kwa kitendo kile, akahisi vibaya kwa kupandisha hasira haraka vile. Hapo naye akaangua kicheko, akacheka sana, akamwomba radhi mke wake kwa ule upumbavu alioufanya.

Mume na mke waliketi pale mezani, wakajiburudisha kwa yale maandalizi yaliyotayarishwa pale mezani, wakati yule mwanamume mle chumbani akiwa hoi! Baada ya muda mume alielekea bafuni kwenda kuoga. Hapo ndipo yule mwanamke alipomfungulia yule mshona nguo, akamwonya kwa ile tabia yake mbaya, na kwamba akiendelea kukodolea macho kwenye roshani yao, atafanya mpango wa kumwangamiza kabisa!

Mshona nguo, aliyetibika ule ugonjwa wa mapenzi, alimshukuru yule mwanamke kwa kuyasalimisha maisha yake, akatoka mbio mle ndani, akamshukuru Mungu kwa kuokoka.

Siku ya pili aliuhama ule mtaa, akahamia mbali kabisa asikojulikana!

* * *

Yule mume na mkewe walifurahishwa sana na yale masimulizi ya Kadhi. Baada ya kumlazimisha kuwachezea tena ngoma, walimruhusu aende zake, naye, bila kukawia, alifululiza moja kwa moja mpaka kwake. Alipofika kwake na sababu alizotoa za kuchelewa kwake, hazijulikani. Lakini minong'ono ilijaa mitaani, na ule mdundo na ngoma yake ikawa ni gumzo jijini!

Toka siku hiyo yule Kadhi alikoma kabisa kumwangalia mwanamke mwingine yeyote akiogopa asije akapatikana na masaibu kama yale aliyoyakabili siku ile, au pengine mabaya zaidi!

Kadhi alipokwenda zake, mwanamke alinyanyuka, akaelekea tena kule ndani, akamleta mkusanya kodi, ambaye alijulikana na mwenye nyumba, akamwambia, “Mheshimiwa, toka lini umekuwa *chale*? Na wewe unaweza kutufurahisha kwa kutuchezea ngoma ya aina yoyote, ama sivyo?”

Mkusanya kodi hakuweza kujibu bali alichukua kile kigoma, naye akaanza kurukaruka kinyani huko na huko. Hakupewa nafasi ya kupumzika mpaka alipokuwa hoi! Ndipo alipokalishwa, akapewa kinywaji. Alipopata nafuu kidogo, naye aliambiwa awasimulie hadithi. Ikambidi naye awasimulie kisa fulani. Alipomaliza, alipewa ruhusa, akaenda zake; halafu waliwafuata wale waungwana wengine waliobaki, wakatendewa kama watangulizi wao!

* * *

Alipomaliza, Shahrazad alianza kuwasimulia

Kisa cha Ahmed Bin Sultan na Pari Banu, Jini wa Kike

Katika enzi hizo za kale, alianza kusimulia Shahrazad, katika Bara Hindi, aliishi Sultani mmoja aliyetawala dola kubwa kwa amani na ridhaa ya raia zake. Sultani huyo alikuwa na wana watatu aliojaaliwa kuwazaa wakati akiwa mtu mzima. Wanawe hao, waliokuwa na tabia nzuri kama yeye mwenyewe, waliishi katika kasri lake pamoja na mpwa wake wa kike, binti wa mdogo wake aliyekwisha fariki. Binti huyu alilelewa na Sultani, ammi yake, akakulia na hao bin ammi zake watatu katika kasri hilo la Sultani.

Mkubwa wa wana Sultani hao aliitwa Hussein, wa pili aliyemfuata kwa umri, aliitwa Ali, na mdogo wao, aliitwa Ahmed. Binti ammi yao aliitwa Nura-Nahaar, yaani nuru ya mchana.

Kwa kuwa Sultani alimpenda sana marehemu mdogo wake, baba wa Nura-Nahaar, aliyefariki wakati binti yake huyo akiwa mdogo, alichukua jukumu la kumlea na kumwelimisha vizuri binti huyo kama hao wanawe, mpaka Nura-Nahaar akawa msichana ambaye, uzuri na haiba yake, haina kifani.

Sultani, ammi yake, alipoona Nura-Nahaar amefikia umri wa kuolewa, alikata shauri kumtafutia mchumba kutoka kwa Wana Wafalme wa nchi jirani. Alikuwa akilifikiria jambo hili wakati alipogundua kuwa wanawe wote watatu walikuwa wakimpenda kupita kiasi binti ammi yao. Jambo hili lilimtia wasiwasi Sultani, akashindwa kumtafutia Nura-Nahaar mchumba. Sasa tatizo kubwa alilolikabili lilikuwa ni kuwafanya wale wanawe wawili wadogo wakubali binti ammi yao aolewe na kaka yao. Basi aliongea na kila mmoja wao faragha na kuwaambia kuwa binti ammi yao hawezi kuwa mke wa wote watatu, na tatizo ambalo lingezuka kama kila mmoja wao ataendelea kung'ang'ania kumwoea yeye Nura-Nahaar. Mwisho, aliwaambia wakubali chaguo la binti ammi yao mwenyewe, au wote watatu wakatafute wachumba kwingine, na Nura-Nahaar aolewe na Mwana Mfalme wa nchi nyingine yoyote. Lakini alipoona kuwa bado kila mmoja wao anataka kumwoa yeye, siku moja aliwaita wote watatu, akawaambia, "Wanangu, kwa kuwa sikuweza kuwashawishi msimwoe binti ammi yenu, na kwa kuwa sitaki kutumia uwezo wangu wa kumchagua mmoja wenu, na kuwaacha wengine, natumaini mtaridhika na kufanya jambo nililolikusudia, ambalo halitaleta chuki kati yenu, kama mtalikubali na kulitekeleza. Nataka kila mmoja wenu asafiri nchi ya mbali msikoweza kukutana kwa kufuata njia tofauti. Kama mjuavyo, mimi hufurahia kumiliki vitu vya ajabu vya kigeni visivyokuwa vya kawaida. Kwa hiyo, yeyote kati yenu atakayeniletea kitu cha ajabu kisichokuwa cha kawaida kuliko vile vya wenzake, na mkikubaliana kweli hicho ndicho cha ajabu kuliko vile vya wenzake, huyo ndiye nitakayemwoza Nura-Nahaar. Gharama zote za safari pamoja na matumizi yenu, na ununuzi wa vitu hivyo, nitampa kila mmoja wenu. Hamtahitaji kuongozana na wafuasi wengi, wala hamtajitambulisha nyinyi ni kina nani, bali mtasafiri kama wafanyabiashara wa kawaida tu."

Wale vijana watatu, ambao siku zote walikuwa watiifu kwa baba yao, walikubali, kila mmoja wao akiamini kuwa yeye, bila shaka, ndiye atakayebahatika kumwoa Nura-Nahaar kwa kumletea Sultani baba yao kitu cha ajabu cha kigeni kabisa cha aina ya pekee kisichokuwa cha kawaida!

Basi wote watatu walikubali pendekezo la baba yao, na Sultani aliwapa zile fedha kama alivyoahidi; na siku ileile walitangaza matayarisho ya safari zao. Kila kitu kilipokuwa tayari, walimuaga baba yao asubuhi ya pili, wakaondoka. Kwanza wote watatu walitoka katika lango moja la jiji, kila mmoja wao akiwa amevalia kama mfanyabiashara, akiongozana na mhudumu mmoja tu mwaminifu aliyevalia kama mtumishi. Siku ya kwanza walisafiri pamoja, wakalala katika nyumba ya kufikizia wageni, ambako kulikuwa na barabara panda iliyogawanyika na kuelekea sehemu tatu tofauti.

Usiku wakati walipokuwa pamoja katika jumba hilo, wote watatu walikubaliana safari yao iwe ya muda wa mwaka mmoja, halafu warudi wakutane tena hapo walipo sasa, siku mwaka mmoja utakapokamilika, na kwamba wa kwanza atakayefika mapema, awasubiri wenzake ili warejee pamoja kwa baba yao kama walivyomuaga pamoja.

Asubuhi ya pili, kulipopambazuka, na baada ya kukumbatiana na kutakiana kila la kheri na safari njema, kila mmoja alipanda farasi wake, akaelekea njia yake.

Hussein bin Sultani, kaka yao, aliyesikia mengi ya ajabu, utajiri, nguvu, na anasa za Ufalme wa Bisnagar, alielekea pwani ya Bara Hindi; na baada ya safari ya miezi kadhaa, akiongozana na misafara tofauti iliyompitisha kwenye majangwa, na kwenye milima iliyokuwa kwenye ardhi tambarare; na wakati mwingine kwenye nchi tajiri zenye rutuba, mwisho aliwasili Bisnagar, mji mkuu wa ulfame wa nchi yenye jina hilo, ambayo ilitawaliwa na *maharajah*.

Hussein alifikizia katika *msafir-khana* moja walikofikizia wageni kutoka sehemu mbalimbali za dunia. Huko aliambiwa kuwa lile jiji lina sehemu ya mitaa minne ambako wafanyabiashara wa kila namna walipeleka bidhaa zao kuziuza. Katikati ya mitaa hiyo, kwenye uwanja mkubwa, ameambiwa palisimama kasri la huyo Maharajah, likizungukwa na kuta tatu, kila ukuta ukiwa na lango lake.

Siku ya pili, Hussein alielekea kwenye mmoja wa ile mitaa alikoona mengi yaliyomvutia na yaliyomstaajabisha. Ulikuwa ni mtaa mkubwa uliokuwa na barabara nyingi pana zilizokuwa na miti, na zilizoelekea sehemu tofauti. Maduka yaliyokuwa huko yalikuwa na ukubwa mmoja na yalisheheni bidhaa tofauti kama vyombo vya udongo kutoka Japani na Uchina, mazulia na mabusati ya kila aina, kila rangi, na kila ukubwa na tofauti kutoka Ajemi. Wasanii wa sanaa mbalimbali walikuwa kwenye barabara moja wakijishughulisha na sanaa zao. Yote haya, na mengine mengi, yalimvutia Hussein kiasi cha kutoamini yote yale aliyoyashuhudia.

Hussein Katika Mtaa Mmoja wa Bisnagar

Wakati alipofika kwenye maduka ya masonara na wauza vito, alishangazwa zaidi na sanaa zao alizozishuhudia. Kulikuwa na vito vya lulu, almasi, zumaridi, feruzi, yakuti, na vito vingine vingi vilivyopangwa vizuri kwa kuuzwa. Kama alishangazwa kuona hazina na utajiri wote ule uliokuwa mahali pamoja, alistaajabu zaidi alipoona utajiri wa wakazi wa ule ufalme mzima, na jinsi wakazi wa lile jiji walivyojipamba toka kwa mikufu ya shingoni, bangili za mikononi, bila kusahau vishaufu vya puani, isipokuwa tu wale viongozi wa dini ya Kihindu ambao hawakujiremba.

Jambo jingine lililomvutia sana bin Sultani ni idadi kubwa ya wauza maua waliojazana mabarabarani, kwani Wahindi ni watu wapendao sana maua. Aliona wanawake wametia mashada ya maua nyweleni na shingoni. Kila mahali kulionekana maua ya kila aina na ya kila rangi yaliojaa kwenye mitungi mikubwa. Ilimradi, mtaa mzima ulinukia harufu nzuri za uturi.

Wakati alipokuwa akiupita ule mtaa barabara hadi barabara, akifikiria ule utajiri alioushuhudia, Hussein akajikuta yu hoi kwa uchovu. Mfanyabiashara mmoja aliyemwona na kutambua kuwa ni mgeni, alimwita aje apumzike dukani pake na Hussein alikubali.

Mara tu alipoketi, alimwona mpita njia mmoja aliyebeba mkononi busati lenye urefu wa kadiri ya futi sita mraba, akilinadi kwa bei ya sarafu thelathini za dhahabu. Hussein alimwita, akamwambia anataka kuliona lile busati lililoonekana ghali kulingana na ukubwa wake na vitu vilivyotengenezewa. Alipolikagua, alimwambia yule mwuzaji kuwa hawezi kuamini kuwa busati dogo lile, na jinsi lilivyoonekana, angedai bei kubwa namna ile.

Yule mnadi, aliyemchukulia Hussein kama ni mfanyabiashara, alimjibu, "Seyyid yangu, kama hiyo bei unaiona ni kubwa, utastaajabu kusikia nikikuambia kuwa mwenyewe analitaka kwa sarafu arobaini; zisipungue wala zisizidi."

"Kama ni hivyo," alisema Hussein bin Sultani, "basi bila shaka lina kitu maalumu nisichokiona wala nisichokijua."

"Umekisia sawa kabisa, Seyyid yangu" alijibu yule mnadi, "na utalinunua utakapojua kuwa, yeyote alikaliaye, mara moja litamfikisha kokote atakako bila kutua popote na bila tatizo lolote."

Kusikia vile, bin Sultani, kujua kuwa kilichosababisha ile safari yake ndefu ni kumtafutia baba yake kitu cha ajabu cha pekee duniani, alifikiri hatapata kitu kingine cha ajabu zaidi kuliko lile busati, akamwambia yule mnadi, "Kama busati hili lina uwezo wa hayo unayoyasema, sarafu arubaini unazodai si nyingi; nitalinunua na wewe nitakupa zawadi."

"Seyyid yangu," alijibu yule mtu, "nimekuambia kweli; na nitakuthibitishia mara moja kwa sharti kwamba utalinunua kwa bei hiyo ya sarafu arobaini, na nitakuonyesha uwezo wake kabla. Lakini nafikiri hapo ulipo huna hizo fedha taslim, na kwamba ungependa kwenda kuzichukua. Kama ni hivyo, nitaongozana nawe hadi huko unakokaa. Kwa ruhusa ya mwenye duka hili, twende nyuma ya ghala yake, ambako nitalitandika hili busati. Sote wawili tutakapolikalia, na utakaponuia litupeleke unakokaa, kama halitatufikisha mara moja, hutalinunua. Minitaarafu hiyo zawadi utakayonipa, nitakushukuru sana."

Baada ya kuhakikishiwa na yule mnadi, Hussein bin Sultani alilikubali kulinunua lile busati kwa ile sharti. Mwenye duka aliwapa ruhusa, wakaelekea nyuma ya duka lake, ambako wote wawili walilikalia lile busati; na mara Hussein bin Sultani aliponuia liwafikishe anakoishi kule kwenye ile Msafir-Khana, kufumba na kufumba macho, yeye na yule mnadi walijikuta wamefika!

Hussein hakutaka uthibitisho mwingine wowote wa uwezo wa lile busati, bali aliingia ndani, akatoka na zile fedha, akamhisabia yule mtu, na akamwongezea nyingine ishirini kama ndiyo zawadi yake aliyomwahidi.

Hivyo basi, Hussein bin Sultani akawa ni mmiliki wa lile busati la ajabu, akafurahi kuwa safari yake ya kufika Bisnagar ilimpatia kitu cha ajabu na cha thamani cha aina ya pekee duniani, kitakachomfanya ampate Nura-Nahaar. Kifupi ni kwamba, alifikiri haiwezekani kabisa kwa wadogo zake kupata chochote kinachoweza kulinganishwa na kile alichokipata yeye.

Sasa yeye alikuwa na uwezo, wa kukaa kwenye lile busati, wa kuwasili mara moja pale yeye na wadogo zake walikopatana wakutane. Lakini kwa kuwa aliona itambidi awasubiri kule kwa muda mrefu, na kwa kuwa alikuwa na hamu ya kumwona Maharajah wa Bisnagar na majlis yake, na kujua mengi juu ya ile nchi, alikata shauri kubaki kule kuiridhisha hamu yake.

Ilikuwa ni desturi ya Maharajah wa Bisnagar kuwapa fursa wageni wanaoitembelea nchi yake kukutana nao mara moja kwa juma. Hivyo basi, Hussein alipata nafasi ya kukutana naye mara kwa mara. Na kwa kuwa yeye alikuwa ni mtoto wa Sultani aliyedurusu na kuhitimu taaluma mbalimbali, na alikuwa na ujuzi wa mambo mengi ya maana, alijitokeza katika wafanyabiashara wenzake, akapendwa zaidi na Maharajah aliyemhoji mengi juu ya Sultani wa huko anakotoka, serikali yake, nguvu zake, na utajiri wa utawala wake.

Hussein bin Sultani aliutumia wakati wake mwingi kuona mambo muhimu ya ile nchi. Alizuru mahekalu yaliyojengwa kwa shaba yaliyokuwa na masanamu yenye kimo cha mtu mzima yaliyotengenezwa kwa dhahabu yenye macho ya yakuti ambayo yalimtazama mtu kila alikokuwa au alikoelekea. Katika jiji hilo aliona pia bustani kadhaa zilizokuwa na maua ya waridi na mengine ya aina kwa aina yaliyonukia ambayo mfano wake bado alikuwa hajayaona. Katika bustani hizi kulikuwa na mahekalu mlimofanywa makafara usiku, yakifuatwa na michezo, muziki, ngoma, nyimbo, na karamu.

Bin Sultani alishuhudia vilevile sherehe maalumu iliyoadhimishwa kila mwaka na wanamajlis wa Bisnagar iliyohudhuriwa na mawakala wa serikali ya majimbo, majemadari, na mahakimu wa jiji, na viongozi wa dini ya Kihindu. Ilmuradi Hussein, katika kile kipindi alichokaa mle jijini, aliona mengi ya ajabu ambayo bado alikuwa hajayaona katika maisha yake.

Aliendelea kukaa katika ufalme wa Bisnagar mpaka siku ya mwisho ya kutimiza mwaka mmoja ya kukutana na ndugu zake ilipowadia, akaridhika na yote aliyoyaona. Walakini, mawazo yake yote yalikuwa kwa Nura-Nahaar, akiukumbuka uzuri wake ulioongezeka kila siku. Akaona ni kheri kumkaribia azizi huyo ampendaye kuliko kuwa mbali naye.

Baada ya kumlipa mwenye ile Msafir-Khana, na kumwambia ni lini aende akachukue ufunguo wake, na kumwarifu wakati wa kuondoka kwake, aliufunga mlango, akauacha ufunguo nje kwenye ule mlango, akalitandika chini lile busati, halafu yeye na yule mhudumu aliyeongozana naye walilikalia; na mara tu aliponuia pa kwenda, alijikuta kule kwenye lile jumba la kufikizia wageni alikoagana na ndugu zake walikokukubaliana wakutane tena baada ya mwaka mmoja.

Amma kwa upande wa Ali bin Sultani, mdogo aliyemfuata Hussein, aliyekata shauri kuelekea Ajemi, kwa muda wa siku tatu, alifuata njia aliyoichagua, akafanya urafiki na wafanyabiashara wa msafara mmoja uliokuwa ukielekea huko. Baada ya safari ya miezi minne, waliwasili katika jiji la Shiraz lililokuwa makao makuu ya Ajemi, yeye akijifanya mfanyabiashara wa johari, akakaa na wafanyabiashara wenzake katika Msafir-Khana moja.

Asubuhi ya pili, wakati wafanyabiashara wenzake walipokuwa wakifungua mizigo ya bidhaa zao, yeye aliyesafiri tu kwa sababu nyingine – si kufanya biashara - na ambaye hakuja na bidhaa ya aina yoyote, alivalia lebasi nzuri, akaelekea kunakouzwa johari, dhahabu, na vitu vingine vilivyotengenezwa kwa fedha, na kunakopatikana mavazi ya hariri na zari, na vitu vingine vya thamani vinavyojulikana na ninavyotengenezwa Shiraz tu. Hiyo ilikuwa ni barabara pana, nzuri iliyonyooka na iliyojaa maduka ya kila namna. Ali bin Sultani alitembea huko akikagua utajiri na vito vilivyoshamiri.

Kati ya wanadi waliopita hapo barabarani wakinadi bidhaa mbalimbali, alistaajabu kumwona mmoja aliyeshikilia mkononi bomba la pembe lenye urefu wa futi moja na upana wa inchi moja, akiliuza kwa sarafu arobaini za dhahabu. Kwanza alifikiri ni mtu mwenye wazimu. Walakini, ili kujua zaidi habari zake, alielekea kwenye duka moja, akamwambia mwenyewe aliyesimama mlangoni, (huku akinyoosha kidole chake kwa yule mnadi wa ile bomba), "Tafadhali niambie, yule mtu ana wazimu au vipi? Kama hana, basi nimedanganyika."

"Hakika, Seyyid yangu," alijibu yule mwenye duka, "jana alikuwa na akili timamu; na nakuhakikishia kuwa ni mmoja wa wanadi hodari tuliye naye humu jijini aaminikaye na aaminiwaye kuuza kitu chochote cha thamani. Na kama analinadi hilo bomba la pembe ya ndovu kwa thamani ya sarafu arobaini za dhahabu, basi bila shaka lina thamani hiyo au zaidi kwa sababu isiyojulikana. Ngoja, atapita hapa na tutamwita na atakuridhisha. Mpaka hapo atakapopita, tafadhali keti ujipumzishe."

Ali bin Sultani alikubali, na baada ya muda mfupi, yule mnadi alifika pale, na mwenye duka alimwita, akamwelekeza kwa mgeni wake, akamwambia, "Mwambie mwungawana huyu aliyeniuliza kama akili zako zinakutosha, una maana gani ya kulinadi bomba hilo la pembe ya ndovu, lisiloonekana ya thamani yoyote, kwa sarafu arobaini za dhahabu? Hata mimi ningestaajabu kama sikukujua kuwa wewe ni mtu mwenye akili timamu."

Yule mnadi, akigeuka kwa Ali, alimwambia, "Seyyid yangu, wewe si mtu wa pekee anayefikiri hazinitoshi kwa sababu ya bomba hili. Nitakapokuambia uwezo wake, wewe mwenye utakata shauri kama mimi nina wazimu au la; na natumaini utalitathamini kwa bei kubwa zaidi kuliko hiyo ninayoinadi kama walivyoafiki wengine walioona uwezo wake.

"Kwanza, Seyyid yangu," aliendelea yule mnadi akimkabidhi Ali bin Sultani ile bomba, "uone kuwa bomba hili lina glasi pande zote mbili. Kwa kutazama kwenye hiyo glasi upande mmoja, utaweza kuona chochote kile upendacho kukiona, hata kama kiko mbali."

"Kama hayo unayoyasema ni kweli," alitamka Ali bin Sultani, "niko tayari kukulipa fidia kwa ile kauli yangu. Na, (wakati akisema hayo alikuwa ameshika mkononi ile bomba baada ya kuona zile sehemu mbili za glasi), nionyeshe ni upande gani niweke jicho langu nijiridhishe."

Yule mtu alimwonyesha, na Ali bin Sultani alilibandika jicho lake pale alipoonyeshwa, akataka kumwona baba yake ambaye, mara ileile alimwona akiwa katika hali nzuri ya afya, ameketi kwenye kiti chake cha enzi katika majlis yake!

Jambo la pili lililokuwa muhimu katika maisha yake, baada ya baba yake, alikuwa ni binti ammi yake, Nura-Nahaar. Alitaka kumwona. Alimwona akicheka, akiwa katika hali ya furaha pamoja na watoto wa kike wenzake.

Ali bin Sultani hakutaka uthibitisho mwingine wowote wa kumshawishi kuwa bomba lile ni la thamani sana; si tu katika jiji la Shiraz, bali katika dunia nzima. Aliamini asipolinunua, hatabahatika kupata kitu kingine cha ajabu na cha pekee kama kile. Hapo akamwambia yule mnadi, "Nasikitika na samahani kwa kuwa na yale maoni mabaya juu yako. Natumaini nitarakibisha mambo kwa kulinunua, kwani nitasikitika sana kama ikinunuliwa na mtu mwingine. Sasa niambie bei ya mwisho anayotaka mwenyewe, halafu twende nikakulipe hizo fedha."

Yule mnadi alimhakikishia kwa kumwapia kuwa bei ya mwisho ni hizo sarafu arobaini za dhahabu, na kama haamini, atampeleka kwa mwenyewe. Ali alimwamini, akampeleka kule alikofikizia, akamhisabia zile fedha, na yeye akalipokea lile bomba.

Ali bin Sultani alifurahi sana kwa ule ununuzi wake, akiamini kuwa nduguze hawatakuwa na kitu cha ajabu, cha thamani, na cha aina ya pekee kama kile chake, na kwamba yeye ndiye atakayempata Nura-Nahaar. Kilichobaki alichotaka kukifanya sasa ni kulitembelea jiji la Shiraz bila kutambulikana kujionea mwenyewe maisha na mambo yalivyo kabla ule msafara aliokuja nao kujarejea Bara Hindi.

Aliporidhika na yote yale aliyoyaona, na ule msafara ulipoondoka, Ali bin Sultani aliongozana na wafanyabiashara aliokuja nao awali, akawasili salama salimini kule alikopatana kukutana na ndugu zake. Alipowasili katika lile jumba la kufikizia wageni alikomkuta kaka yake Hussein, alikuwa amechoka sana. Basi yeye na kaka yake Hussein walimsubiri mdogo wao Ahmed bin Sultani.

Ahmed bin Sultani alifuata njia iliyoelekea Samarkand. Alipowasili huko, alikwenda, kama walivyofanya kaka zake, madukani ambako, baada ya muda mfupi, alimsikia mnadi mmoja aliyekuwa na namna ya tufaha mkononi mwake lililotengenezwa na binadamu, akiliuza kwa sarafu thelathini na tano za dhahabu. Alimsimamisha yule mnadi, akamwambia, "Hebu lete nilione hilo tufaha, na niambie faida yake na kitu lililo nalo hata likastahili kugharimu bei kubwa hivyo."

"Seyyid yangu," alijibu yule mnadi, akimkabidhi Ahmed lile tufaha, "ukiliangalia kwa makini halionyeshi kuwa lina kitu cha ajabu, lakini ukijua uwezo wake na manufaa yake kwa mwanadamu, utakubali kuwa ni hazina kubwa, kwani linamtibu mgonjwa wa ugonjwa wowote: homa, tauni, kifua kikuu, ndui, na kadhalika; hata mgonjwa anayekata roho, litamwuguza mara moja, na kumrudishia siha yake ya kawaida *kwa kunusishwa tu!*"

"Kama hayo unayoyasema ni kweli," alijibu Ahmed bin Sultani, "uwezo wa tufaha hilo ni wa ajabu kweli, na ni wa thamani sana. Lakini kuna uthibitisho gani alio nao mnunuzi kuwa hayo unayoyasema si ya uwongo?"

"Seyyid yangu," alijibu mnadi, "ukweli wa hayo ninayoyasema unajulikana katika jiji zima la Samarkand. Bila kuendelea zaidi, hebu waulize wafanyabiashara unaowaona hapa, usikilize watasema nini. Utaona kuwa wengi wao watakuambia kuwa wasingekua hai leo kama si kulitumia tufaha hili. Hii ilikuwa ni kazi na utafiti wa hali ya juu uliofanywa na mwanafalsafa mmoja mashuhuri aliyedurusu miti, mimea, na madini tofauti, mwisho akaweza kulitengeneza tufaha hili lililowastaajabisha watu kwa kuwaponyesha maradhi yao tofauti, na ambao aslan hawatasahau uwezo wake.

"Kwa bahati mbaya" aliongeza yule mnadi, "yeye mwenyewe alifariki dunia kabla hajaweza kuutumia utabibu wake, akamwachia mkewe na wanawe tufaha hili walitumie kwa kujipatia riziki yao ya kila siku."

Wakati yule mnadi akimweleza Ahmed bin Sultani faida ya lile tufaha, watu wengi waliwajia, wakathibitisha yale aliyoyasema yule mnadi. Mmoja wao alisema palepale kuwa ana swahibu yake aliye mahtuti hivi sasa na waliyekata tamaa kuwa atapona, hiyo ikawa ni nafasi nzuri ya kulifanyia majaribio hilo tufaha. Ahmed bin Sultani alikubali, akamwambia yule mnadi kuwa, likimwokoa mtu huyo kwa kulinusa, atamlipa sarafu arobaini za dhahabu.

Yule mnadi, aliyeambiwa aliuze kwa bei ile, alimwambia Ahmed bin Sultani, "Haya, Seyyid yangu, twende tukafanye hayo majaribio. Likimwuguza huyo mgonjwa, nitakuuzia hili tufaha, kwani najua kuwa lina uwezo huo kama lilivyokwisha thibitika kwa kuwaepushia vifo wengi waliokwisha kata tamaa."

Kifupi ni kwamba, yale majaribio yalifuzu, na Ahmed, baada ya kumhisabia zile sarafu arobaini za dhahabu, na kulipokea lile tufaha, akawa hana subira tena ya kubaki Samarkand bali alitafuta msafara wa kuelekea kwao. Wakati huo alikwisha ona kila la kuliona katika Samarkand, hasa bonde la Sogd linalodhaniwa na Waarabu kuwa ni moja ya pepo nne za duniani kwa sababu ya uzuri wa bustani zake, kasri zake, na rutuba ya ardhi yake izalishayo matunda tofauti, na mengine mengi yanayowafaidi wananchi wakati wa majira mazuri.

Ahmed bin Sultani alijiunga na msafara wa kwanza uliokuwa ukielekea Bara Hindi, na baada ya taabu na uchovu wa safari ndefu kama ilivyo kawaida, aliwasili kule alikoahidiana kukutana na kaka zake Hussein na Ali akiwa katika hali njema ya afya.

Ali aliyewasili kabla ya Ahmed, alimwuliza Hussein ni muda gani aliokuwa pale.

"Miezi mitatu," alimjibu.

"Ni kusema kuwa hukusafiri mbali."

"Sitakuambia lolote sasa," alijibu Hussein, "juu ya huko nilikokuwako, lakini nakuhakikishia kuwa huko nilikokwenda unasafiri zaidi ya miezi mitatu."

"Basi bila shaka hukukaa sana huko," alihoji Ali.

"La, ndugu yangu," alijibu Hussein, "umekosea ukifikiri hivyo;

nilikaa mahali pamoja kwa muda wa miezi minne, na ningekaa zaidi."

"Kama hukuruka," alisema Ali, "siwezi kukisia jinsi ulivyoweza kuwa hapa kwa muda wa miezi mitatu, kama unavyotaka niamini!"

"Nakuambia kweli," alisema Hussein, "na ni kitendawili ambacho sitakufunulia mpaka ndugu yetu Ahmed atakapojiunga nasi; hapo ndipo nitakapowafunulia kitu cha ajabu cha pekee nilichokinunua wakati wa safari yangu. Mimi sijui vitu mlivyokuja navyo nyinyi, lakini nadhani si vya ajabu, kwani sioni mizigo yenu imeongezeka ukubwa."

"Kwani umenunua nini?" Ali alidai kujua. "Hata mimi sioni umekuja na kitu isipokuwa busati hilo la kawaida lifunikwalo kwenye makochi. Kwa hiyo, nafikiri nami naweza kusema kama hivyo ulivyosema wewe. Na kwa kuwa ulichokuja nacho unakifanya ni siri, usitegemee nami nitakuambia nilichokuja nacho mpaka hapo mdogo wetu Ahmed atakapowasili."

"Nilichonunua mimi," alijibu Hussein, "kinashinda chochote, na si vigumu kukuonyesha na kukueleza jinsi nilivyokikuta, na kwamba ulichokuja nacho wewe hakiwezi kukifikia. Lakini ni kheri tumsubiri mdogo wetu Ahmed afike ndipo tutakapoonyeshana vitu tulivyokuja navyo."

Ali bin Sultani hakutaka ubishi; alikubali wasubiri mpaka mdogo wao atakapojaaliwa kuwasili salama ndipo watakapokata shauri ni kitu kipi kizuri na cha ajabu zaidi kuliko vya wenzake.

Wakati Ahmed bin Sultani alipokutana na kaka zake, walikumbatiana, wakasalimiana kwa furaha kwa kukutana tena salama salimini pale walipoagana kukutana tena baada ya mwaka mmoja.

Hussein, akiwa ni mkubwa wao, alianza kwa kuwaambia wadogo zake, "Ndugu zangu, tuna wakati wa kutosha kupumzika na kuarifiana juu ya safari zetu. Tuanze na lile lililo muhimu kwetu sote kulijua. Sina shaka mnakumbuka sababu zilizotufanya tusafiri mbali. Kwa hiyo, tusifichane vile vitu tulivyokuja navyo, tuonyeshane tuvijue mapema ili tuafikiane ni yupi kati yetu baba atamchagua kuwa anamstahili Nura-Nahaar.

"Nikianza mimi," aliendelea Hussein, "kitu cha ajabu cha aina ya pekee duniani nilichokuja nacho kutoka katika Ufalme wa Bisnagar ni hili busati nililolikalia, linaloonekana ni la kawaida tu. Lakini nitakapowaambia kazi na faida yake, mtalistaajabia na kukubali kuwa bado hamjasikia wala hamjaona kitu cha namna hii. Yeyote atakayelikalia na kunuia kwenda mahali fulani, hata kama ni mbali sana, litamfikisha huko mara moja. Mimi mwenyewe nimefanya majaribio hayo kabla sijalinunua kwa bei ya sarafu arobaini za dhahabu, ambazo nilizilipa mara moja bila tatizo lolote. Na niliporidhika nalo wakati nilipokuwa Bisnagar, na nikataka kurejea hapa, sikutumia njia nyingine yoyote ya kujia hapa isipokuwa ni hili busati lililotufikisha hapa mara moja mimi na mtumishi wangu, ambaye atawathibitishia muda uliotuchukua kuwasili hapa. Na niko tayari wakati wowote mpendao kuwaonyesha uwezo wake huo. Na sasa nataraji nanyi mtaniambia kama vitu mlivyokuja navyo vinaweza kulinganishwa na changu."

Hussein alipomaliza kueleza umuhimu wa busati lake, Ali bin Sultani, alimwambia kaka yake, "Sina budi kukubali kuwa busati lako ni moja ya maajabu ya dunia, kama kweli lina uwezo huo uliotuambia. Lakini ujue kuwa labda kuna vitu vingine vya ajabu zaidi, lakini kwa njia tofauti, kama, kwa mfano, bomba hili la pembe ya ndovu nililokuja nalo ambayo halionekani kama ni kitu cha ajabu kama busati lako.

"Bomba hili limenigharimu kama lilivyokugharimu busati lako, na nimeridhika na ununuzi wangu kama ulivyoridhika na ununuzi wa busati lako. Umuhimu na faida ya bomba hili ni kwamba, ukichungulia kwenye glasi, utaweza kuona chochote ukitakacho kukiona. Sitaki ukubali tu kauli yangu," aliongeza Ali, "hebu lichukue ulijaribu."

Hussein alilichukua lile bomba kutoka mikononi mwa Ali, akauchungulia mwisho wa upande mmoja kama alivyoambiwa na Ali akiwa na madhumuni ya kumwona Nura-Nahaar.

Wakati Ali na Ahmed wakimwangalia, walishangaa kumwona kaka yao amebadilika sura! Hussein hakuwapa nafasi ya kuuliza kilichomsibu, bali alipaza sauti, akisema, "Ah maskini mabin Sultani! Tumejisumbua bure kufanya safari ndefu ya kuchosha kwa matumaini ya kumwoa Nura-Nahaar wakati kumbe hivi sasa yu mahtuti wa kukata roho! Nimemwona kitandani akizungukwa na wanawake na matowashi na wajakazi wake, wote wakilia wakitazamia kifo chake! Hebu chukueni hili bomba mshuhudie wenyewe!"

Ali alimpokonya kaka yake lile bomba, na alipoona yale aliyoyaona Hussein, alimkabidhi Ahmed, ambaye naye, alishuhudia yaliyokuwako kwao.

Wakati Ahmed alipochukua lile bomba mikononi mwa Ali, na kuona Nura-Nahaar yuko mahtuti, aliwaambia kaka zake, "Mabin Sultan, binti Sultani Nura-Nahaar, aliyetusababisha kuja huku, anachungulia kaburi. Tukifanya haraka bila kupoteza wakati, tutaweza kuyaokoa maisha yake."

Alilitoa lile tufaha lililotengenezwa na binadamu kutoka mfukoni mwake, akawaonyesha kaka zake, akawaambia, "Tufaha hili limenigharimu zaidi ya hilo busati na hilo bomba. Lililoko sasa ni kuwaonyesha uwezo wake wa ajabu ambao unanifanya nisijute kulinunua kwa bei ya sarafu arobaini za dhahabu. Ili nisipoteze wakati, uwezo wake ni kumnusisha mgonjwa wa ugonjwa wowote, na mara hiyo hiyo atapona na kurudiwa na afya yake ya kawaida. Mimi mwenyewe nimefanya jaribio hilo, na naweza kuwahakikisha ukweli huo kwa kumjaribia Nura-Nahaar, kama tutafanya haraka."

"Kama ni hivyo," alitamka Hussein, "hakuna njia nyingine yoyote ya kutufikisha huko isipokuwa kwa busati langu. Haya, njooni; tusipoteze wakati; kaeni kwenye busati; ni kubwa la kututosha sote. Lakini kwanza tuwaamrishe watumishi wetu wafunge safari waelekee nyumbani, tukutane nao kwenye kasri la baba yetu."

Baada ya kutoa ile amri, mabin Sultan Hussein, Ali, na Ahmed, walikalia lile busati, wakawa na nia moja, na mara ileile walisafirishwa kwa kasi ya ajabu, wakajikuta wamo katika chumba cha Nura-Nahaar!

Kuwasili kwao, ambako hakuna aliyetazamia hata kidogo, kuliwashtua na kuwashangaza wale wanawake, matowashi, na wajakazi wa Nura-Nahaar, wakashangaa na kustaajabu kuona jinsi walivyofika mle, kwani awali hawakuwatambua; na matowashi nusura wawashambulie wakidhani ni watu walioingia mle bila idhini! Lakini mara ileile waliwatambua.

Ahmed bin Sultani, mara tu alipojikuta yumo ndani ya chumba cha Nura-Nahaar, na kumwona jinsi alivyo mahtuti, alinyanyuka kutoka kwenye lile busati, kama walivyofanya kaka zake, alimwendea binti ammi yake pale kitandani, akamwekea puani lile tofaha.

Ndugu Watatu Wakipaa kwa Lile Busati

Mara ileile binti Sultani alifumbua macho, akageuza kichwa kila upande, akawatazama wale watu waliomsimamia. Alinyanyuka pale alipolala, akaamrisha avalishwe lebasi kana kwamba ameamka usingizini.

Wakiwa wamejaa furaha, wajakazi wake walimwambia kuwa ni wale mabin ammi zake ndio waliomwokoa, hasa Ahmed aliyemnusisha lile tufaha hata akarudiwa na afya yake. Nura-Nahaar, alifurahi kuwaona mabin ammi zake, akawashukuru wote pamoja, hasa Ahmed. Na kwa kuwa alitaka kuvishwa lebasi yake, wale vijana walitoka mle ndani, wakimwambia ilikuwa ni furaha kuwasili kwao pale upesi vile, na kuchangia kumrudishia siha binti ammi yao; na baada ya kumwombea Mwenyezi Mungu, walitoka mle ndani.

Wakati binti Sultani Nura-Nahaar alipokuwa akivaa nguo, wale vijana walimwendea baba yao, wakamwangukia miguuni. Lakini Sultani alikwisha arifiwa na mkuu wa matowashi kuwasili kwao, na vipi Nura-Nahaar alivyopona upesi vile.

Sultan aliwapokea wanawe kwa furaha, akawakumbatia kwa kurejea kwao salama salimini, na kwa kumponyesha binti ammi yao, ambaye alimpenda kama vile ambavyo angempenda binti yake mwenyewe. Baada ya kusabahiana na kuulizana nao hali, kila mmoja wa wale vijana alimkabidhi baba yake kile alichokuja nacho: Hussein akimkabidhi lile busati, Ali ile bomba ya pembe ya ndovu, na Ahmed lile tofaha. Na baada ya kila mmoja wao kusifu kile alichokuja nacho wakati akimkabidhi baba yake, walimsihi amtangaze ni yupi kati yao anayestahili kumwoa Nura-Nahaar.

Sultan wa Bara Hindi, baada ya kusikiliza maelezo ya kila mmoja wa wanawe juu ya chombo cha ajabu alichokuja nacho, na baada ya kuarifiwa yale yaliyotokea chumbani mwa Nura-Nahaar mitaarafu kupona kwake, alikaa kimya kwa muda akilifikiria jawabu atakalowapa wanawe. Mwisho alivunja ukimya wake, akawaambia kwa ujasiri aliokuwa nao, "Wanangu, ningemtaja mmoja wenu kama ningeweza kutimiza haki; lakini je naweza kufanya hivyo? Kweli, Ahmed, binti ammi yako anakushukuru kwa lile tufaha lililomwuguza. Lakini hebu nikuulize, ungewezaje kumsaidia kama usingejua hali aliyokuwamo kwa kutumia bomba la Ali, na kama si busati la Hussein ililowafikisha hapa upesi vile? Bomba lake Ali, limekuonyesha wewe na nduguzo kuwa mko karibu kumpoteza binti ammi yenu; kwa hiyo, anakushukuru sana. Lakini ni lazima mkubali pia kuwa ugonjwa wake usingepona kama si tufaha la Ahmed na lile busati la Hussein.

"Mintaarafu wewe, Hussein, binti ammi yako hana budi kukushukuru kwa ajili ya busati lako lililokuwa muhimu sana kuwafikisha upesi vile ama sivyo msingemkuta hai. Lakini pia fikiri kuwa, ingekuwa kazi bure, kama si lile bomba ya Ali, au matumizi ya lile tufaha la Ahmed. Kwa hiyo, kwa kuwa lile busati, ile bomba la pembe ya ndovu, na lile tofaha lililotengenezwa na binadamu, vyote hivyo hakuna kishindacho kingine, bali vyote vina thamani moja. Kwa hiyo, nionavyo mimi, kati yenu hakuna anayestahili kumwoa

Nura-Nahaar. Mlichofaidi kutokana na ile safari yenu, ni ule mchango mkubwa mlioutoa nyote wa kumwuguza binti ammi yenu.

"Hivyo basi, nalazimika kutafuta njia nyingine ya kumchagua mmoja wenu; na kwa kuwa bado kuna wakati, nitakata shauri leo. Sasa nendeni kila mmoja wenu akatafute upinde na mshale, halafu mwende kule kwenye uwanja wanakofanyiwa mazoezi farasi. Nitakutana nanyi na nitamwoza Nura-Nahaar yule wenu kwa atakayeufyetua mbali zaidi mshale wake."

"Nawashukuru nyote kwa ile zawadi kila mmoja wenu aliyoniletea. Katika mkusanyiko wa vitu vya ajabu na adimu nilivyonavyo, hakuna vinavyoweza kulinganishwa na lile busati, lile bomba la pembe ya ndovu, na lile tufaha lililotengenezwa na mtu; vyote hivyo vitakuwa vitu vya mstari wa mbele kuliko kitu kingine chochote katika milki yangu."

Wale Vijana Wakimkabidhi Sultani Vitu Walivyokuja Navyo

Wale vijana hawakuwa na lolote la kupinga uamuzi wa Sultani baba yao. Walipopewa ruhusa na kuondoka pale, kila mmoja wao alikwenda kujipatia upinde na mshale, wakaelekea kule walikoagizwa, wakifuatwa nyuma na kundi la watu.

Sultani alipowasili, Hussein, aliyekuwa mkubwa wao, alikuwa wa kwanza kuufyetua mshale wake, akifuatwa na Ali aliyeufikisha mshale mshale wake mbali zaidi. Ahmed, aliyekuwa wa mwisho, mshale wake haukuonekana ulipoangukia ingawa ulitafutwa sana. Hata hivyo, wengi waliamini kuwa mshale wake ndio uliofika mbali zaidi, na kwamba ndiye aliyestahili kumwoa Nura-Nahaar. Walakini, sharti muhimu ilikuwa ni kuonekana kwa mshale wake ili kuthibitisha ukweli; na haukuonekana.

Wale Vijana Wakinyetua Mishale Yao

Ingawa Ahmed alilalamika, Sultani alikata shauri Nura-Nahaar aolewe na Ali ambaye mshale wake ndio uliofika mbali kuliko ule wa kaka yake. Basi arusi kubwa ilifanywa, ikasherehekewa kwa nderemo, shangwe, vigelegele na vifijo kwa muda wa siku kadhaa.

Hussein bin Sultani, kwa kumkosa binti ammi yake, hakuhudhuria ile sherehe kwa sababu ya kumpenda sana Nura-Nahaar. Hakuweza kuvumilia kumwona mikononi mwa mdogo wake, akisema kuwa yeye ndiye aliyemstahili. Hivyo basi, huzuni yake ilimfanya aondoke nchini, akakataa kabisa urithi wa kiti cha enzi cha baba yake ingawa yeye ndiye aliyekuwa mrithi. Akawa *darwishi*, akajiunga na mtawa mmoja aliyesifika sana kwa ucha Mungu wake, akaishi mbali na makao makuu ya milki ya baba yake.

Ahmed bin Sultani naye, ingawa alitoa malalamiko mengi kama kaka yake Hussein akipinga ndoa ya Ali na Nura-Nahaar, lakini yeye, kama kaka yake, hakujitenga na maisha ya kiulimwengu. Yeye alitaka tu kujua yale yaliyoupata ule mshale wake. Hivyo basi, alikata shauri kwenda kuusaka kote kule ili asije akajilaumu.

Kwa nia hiyo, alielekea kule mishale ya kaka zake ilikoangukia, akatafuta kwa makini pande zote. Aliendelea mbele zaidi mpaka mwisho alikata tamaa; lakini hata hivyo, aliendelea mbele zaidi mpaka akafika kwenye majabali yaliyonyooka wima kwenda juu, ambako angerudi kama si jitihada yake iliyomwambia aende mbele .

Alipoyakaribia yale majabali, aliona mshale, ukauchukua, akauangalia kwa makini, akastaajabu kuona ni ule wake! "Hakika," alijiambia, "si mimi wala si mwanadamu mwingine yeyote aliye hai anayeweza kuufyetua mshale mbali hivi!" Na kwa kuwa haukukita ardhini bali ulilala chini, alikisia labda umeruka kutoka jabalini ulikogonga ukaangukia pale alipouona.

"Je, jambo hili linaashiria nini?" Alijiuliza. "Nani ajuaye; labda ni kwa manufaa yangu. Kwa kumkosa Nura-Nahaar, labda kuna nasibu nyingine nzuri zaidi inayonikabili inayoambatana na yote haya!"

Kwa kuwa yale majabali yalikuwa makali na yaliyonyooka juu sana, yule kijana aliyachunguza, akaona upenyo fulani, akachungulia ndani, akaona mlango wa chuma usiokuwa na ufunguo. Kwanza alifikiri ulifungwa lakini alipousukuma, ulifunguka, akaona njia inayoelekea chini. Aliifuata huku ameushikilia tayari upinde na mshale wake kujihami pindi kukitokea hatari yoyote. Kwanza alifikiri anaelekea kwenye giza totoro, lakini mara aliona mwangaza, akaendelea mbele, ghafla akatokea kwenye uwanja mkubwa. Kwa mshangao mkubwa, aliona kasri zuri ajabu lililomshangaza, limesimama wima mbele yake!

Wakati akistaajabu vile, mara alitokewa na msichana mmoja mzuri ajabu aliyevalia lebasi nzuri na johari ghali, akimjia akifuatwa nyuma na kundi la watoto wengine wa kike wazuri kama yeye mwenyewe!

Ahmed alipomwona yule msichana, alimwamkia kiheshima, na yule msichana naye alimwendea, akamwambia, "Karibu, Ahmed bin Sultani!"

Bin Sultani alistaajabu sana kusikia jina lake likitajwa kwenye kasri ambalo maisha yake hajalisikia ingawa halikuwa mbali na makao makuu ya baba yake. Kilichomstaajabisha zaidi ni vipi yule msichana aliye mgeni kwake kulijua jina lake. Hata hivyo, kwa kuonyesha heshima, alimwangukia yule msichana miguuni, halafu akanyanyuka, akamwambia, "Seyyidati, natoa shukrani nyingi kwa kunikaribisha mahali ambako, udadisi wangu umenifikisha. Lakini naweza, bila kuvunja heshima na kutokuwa na adabu, kuuliza jinsi ulivyonijua? Na vipi wewe uishiye sehemu hii iliyo jirani yetu, usijulikane?"

"Bin Sultani," alijibu yule msichana, "tuingie ukumbini kwanza; huko nitauridhisha udadisi wako zaidi kuliko tukiwa hapa nje."

Baada ya kauli hiyo, yule msichana alimwongoza Ahmed mpaka ndani ukumbini ambako uzuri wake ulionyesha, mapambo ya dhahabu na samani za fahari. Fahari aliyoishuhudia mle ndani ilimfanya yule kijana amwambie yule mtoto wa kike kuwa bado hajaona uzuri na mapambo ya fahari kama yale.

"Nakuhakikishia," alijibu yule msichana, "kuwa hii ni sehemu ndogo tu ya kasri langu, kama utakavyoshuhudia wewe mwenyewe utakapoliona lote."

Yule msichana aliketi kwenye kochi, na Ahmed, baada ya kukaribishwa, aliketi karibu yake, halafu yule msichana aliendelea kusema, "Unastaajabu, umesema, kuwa nakujua ilhali wewe hunijui. Utastaajabu zaidi nitakapokuambia mimi ni nani. Bila shaka unajua, kama Qur'an Tukufu isemavyo kuwa dunia imekaliwa na wanadamu na majini. Basi mimi ni binti wa mmoja wa majini wakubwa wenye nguvu wajulikanao, na jina langu ni Pari Banu. Kwa hiyo, usistaajabu kusikia kuwa nakujua. Mimi namjua baba yako Sultani, nawajua ndugu zako, na namjua binti Sultani Nura-Nahaar. Na najua pia mapenzi yenu au safari zenu ambazo naweza kukueleza yaliyojiri, na kwamba ni mimi ndiye niliyetoa lile tufaha ulilolinunua Samarkand, na lile busati lililonunuliwa na Hussein kule Bisnagar, na ile bomba aliyoinunua Ali kutoka Shiraz. Haya, nadhani, yanatosha kukuthibitishia kuwa mimi si mgeni kwenu bali najua mengi zaidi kuliko vile unavyoweza kukisia. Ningependa kuongeza," aliendelea yule mtoto wa kike jini, "kuwa wewe unastahili furaha na starehe nyingi na maisha bora zaidi kuliko vile ungepata kama ungemwoa Nura-Nahaar. Pili, nilikuweko wakati ulipoufyetua ule mshale wako, na nilijua kuwa usingepita ule wa Hussein. Mimi niliudaka hewani, nikauongeza kasi mpaka ukagonga ule mwamba karibu na pale ulipouokota. Sasa ni juu yako kuchagua nafasi hii iliyoko mbele yako ya kuwa na maisha ya furaha na raha zaidi au la."

Yule jini wa kike, Pari Banu, alipomaliza kutamka neno la mwisho kwa sauti ya kimapenzi kuliko awali, na wakati huo huo akimwangalia yule kijana kwa macho yaliyolegea ya mahaba na ya kuvutia, huku mashavu yamembadilika rangi, haikuwa vigumu kwa yule kijana kukisia ni furaha na raha gani aliyokuwa akimaanisha yule mtoto wa kike. Hapo alijua kuwa ameshamkosa Nura-Nahaar, na kwamba Pari Banu alikuwa mzuri zaidi kwa hali na kwa mali kuliko binti ammi yake, na hasa kwa kuliona lile kasri lake la fahari. Basi alishukuru kwa ile bahati iliyomwangukia ya kuusaka ule mshale wake kwa mara ya pili, ikamfikisha pale alipo; akamjibu yule msichana, "Nikitunukiwa nafasi ya kuwa mtumwa wako, Seyyidati, na kuushuhudia uzuri na jamala yako, nitajifikiria mtu mwenye bahati nzuri zaidi kuliko mwanamume mwingine yeyote; na samahani kwa kuyatamka matakwa yangu hayo, na nakusihi usinikatalie kuwa mtu wa kukuhudumia siku zote maishani mwako!"

"Bin Sultan," alijibu yule mtoto wa kike jini, "kwa kuwa mimi nimekuwa nikijitegemea mwenyewe bila idhini ya wazazi wangu, sitakupokea kwangu kama mtumwa, bali kama bwana wangu, na chochote kilicho changu ni chako mradi tu ukubali kunichukua kama mkeo. Natumaini hutanifikiria vibaya kwa kukuambia ukweli huo ulio moyoni mwangu. Mimi, kama nilivyokuambia, najitegemea mwenyewe, na naongeza kusema kuwa, hii si tabia inayofanywa na majini wa kike kama vile isivyofanywa na wanadamu, kwani si jambo la kawaida na, kusema kweli, ni la aibu kwa mtoto wa kike kumposa mwanamume!"

Ahmed hakuyajibu matakwa ya yule Pari Banu, lakini alijaa shukrani, akafikiri hawezi kumshukuru isipokuwa kujitupa miguuni pake na kuubusu upindo wa lebasi yake, kitendo ambacho yule mtoto wa kike hakumwachia akifanye. Badala yake alimpa mkono ambao yule kijana aliubusu mara kadhaa!

"Naam, bin Sultani Ahmed," alitamka yule jini wa kike, "utaapa kuwa mwaminifu kwangu kama nitakavyokuwa kwako?"

"Naam, Seyyidati," alijibu bin Sultani kwa furaha isiyokuwa na kifani. "Nawezaje kufanya jambo la furaha zaidi kuliko hilo? Naam, *Sultana* wangu, kwa moyo wangu wote, nakuapia na nakuahidi."

"Kama ni hivyo," alisema yule jini Pari Banu, "basi toka sasa wewe ni mume wangu, na mimi ni mkeo. Ndoa yetu ya kijini imekamilika bila maadhimisho mengine, na haiwezi kuvunjika kama ilivyo ndoa ya kibinadamu. Na, kama ninavyokisia," aliendelea Pari Banu, "bila shaka hukula chochote leo, hivyo basi utaandaliwa maakuli kidogo, wakati matayarisho ya sherehe ya arusi yetu yanapoandaliwa jioni hii, halafu nitakuonyesha kasri langu."

Wachache wa wale watoto wa kike walioongozana nao mpaka kwenye ukumbi, na waliokisia matakwa ya Pari Banu, mara ileile walikwenda na kurudi na maakuli mbalimbali na vinywaji. Ahmed alipojiburudisha, Pari Banu alimtembeza katika kasri lake ambako Ahmed alikoshuhudia vito kama almasi, yakuti, zumaridi, na namna tofauti za johari nyingine nyingi nzuri nzuri za thamani zilizochanganyika na lulu, na vito vingine pamoja na marmaru adimu na samani za hali ya juu zisizoweza kukisika thamani yake. Yote haya yalimfanya Ahmed afikiri hakuna mfano wake katika ulimwengu mzima.

"Bin Sultani," alisema Pari Banu, "kama unalihusudu hivyo kasri langu, ungesema nini kama ungeona makasri ya viongozi wetu majini ambayo ni makubwa na mazuri zaidi? Naweza pia kukuonyesha bustani yangu; lakini tuache hayo mpaka kesho. Hivi sasa usiku unaingia, na ni wakati wa maakuli ya jioni."

Sebule ya pili alimoongozwa na yule jini, ambako kulipambwa kwa ajili ya karamu ya kusherehekea arusi, ilikuwa ni chumba cha pekee ambacho hakukiona awali. Kilipambwa kwa fahari kama vile vingine. Ahmed alivutiwa na kupendezwa na mishumaa mingi ya uturi iliyopangwa vizuri mle ndani. Kulikuwa na meza kubwa iliyoandaliwa kwa sahani za thamani zilizonakshiwa kwa dhahabu. Kulikuwa na idadi ya wasichana warembo waliokuwa wakitumbuiza kwa zana adimu za muziki ambazo alikuwa bado hajaziona.

Walipokaa, Ahmed aliandaliwa na mwenyeji wake namna mbalimbali za nyama akimtajia mgeni wake kila alipomtilia sahanini. Hata divai aliyotiliwa ilikuwa ni ya aina ya pekee ambayo alikuwa bado hajaionja!

Walipomaliza kula vitamutamu vya mwisho, Pari Banu na bin Sultan waliondoka, wakakaa kwenye makochi yaliyokuwa na mito minene ya hariri iliyonakshiwa kwa maua, wakaiegemea. Na baada ya kutumbuizwa na majini, walielekea kwenye chumba cha kulala, wakaupitisha usiku wa raha na wa furaha na wa starehe nyingi.

Zile sherehe na karamu zilirudiwa tena kwa muda wa masiku, Pari Banu akimstarehesha mume wake kwa tafrija, ngoma, na maakuli tofauti yaliyomstaajabisha na kumfurahisha Ahmed.

Pari Banu hakukusudia tu kumthibitishia mume wake mapenzi aliyokuwa nayo, bali alitaka kumwonyesha pia kuwa, kwa kuwa yule aliyempenda hakumpata, sasa anaweza kuishi kwa furaha na kwa raha zaidi kuliko kule kwa baba yake. Na kusema kweli, alifanikiwa katika jambo hilo, kwani Ahmed alimpenda Pari Banu kupita kiasi, na mapenzi yao yaliongezeka kila kulipokucha.

Baada ya muda wa miezi sita, Ahmed bin Sultani, ambaye siku zote alimpenda na kumheshimu baba yake, aliingiwa na hamu ya kujua alivyo. Njia ya pekee ya kuirithisha nafsi yake ilikuwa ni kwenda kumzuru. Kwa hiyo, alimwomba Pari Banu ruhusa ya kwenda kumtembelea baba yake.

Ombi hili lilimshtua Pari Banu, akidhani hiyo ni sababu ya kumtoroka; akamwambia mumewe, "Nimekufanya nini hata ukaniomba jambo hilo? Labda umesahau ile ahadi uliyoiweka kuwa utakuwa mwaminifu kwangu; au umeshanichoka mara hii na hunipendi tena? Au unafikiri kuwa sikupendi tena?"

"Malkia wangu," alijibu bin Sultani, "sina shaka yoyote juu ya mapenzi yako kwangu. Kama ombi langu limekuudhi, nakuomba msamaha. Sikuomba ruhusa kukuudhi, bali kwa sababu ya heshima niliyo nayo kwa baba yangu ili kwenda kumwondoa wasiwasi alio nao wa kutoweka kwangu kwa muda mrefu vile, akiamini, bila shaka, kuwa nimekufa. Kwa kuwa hutaki niende nikamtoe wasiwasi huo, sina jingine la kukupendeza isipokuwa kubaki."

Ahmed alimwambia hayo kwa kuwa alimpenda mkewe kweli na yule mtoto wa kike jini aliridhika na kauli yake. Lakini Ahmed hakuweza kabisa kusahau madhumuni yake, kwani mara kwa mara alimkumbusha mkewe hali ambayo, bila shaka, baba yake yumo, na hasa jinsi anavyompenda, akitumaini Pari Banu huenda mwisho akashawishika akampa ruhusa.

Kama Ahmed alivyokisia, Sultani, kule kutohudhuria kwa wanawe wawili katika ile arusi ya Ali, kulimwathiri sana, ingawa aliarifiwa hatua aliyoichukua mwanawe mkubwa Hussein ya kujitenga na mambo ya ulimwengu, na huko aliko sasa.

Kama alivyo baba yeyote apendaye kuona wanawe wakikua machoni pake, Sultani angefurahi zaidi kama Hussein angekuwa karibu yake. Lakini kwa kuwa hakuweza kumshawishi aepukane na ile fikra yake ya kuwa mtawa, alimkubalia ombi lake.

Kuhusu Ahmed, alimsaka kila mkoa katika milki yake, kwa kutoa amri kwa wakilishi wake kumtafuta na kumrejesha kwake. Lakini jitihada zake zote zilishindikana. Hata hivyo, mapenzi yake kwa mwanawe mdogo huyo, badala ya kufifia, yaliongezeka. Ikawa gumzo lake la kila siku na Waziri wake ni kutamka, "Waziri, unajua jinsi ninavyompenda mwanangu Ahmed kuliko wale wanangu wengine, na jitihada niliyofanya ya kumtafuta. Hivi sasa huzuni yangu ni kubwa mno naona mwisho itaniangamiza. Kama unanionea huruma, nakusihi nisaidie kwa ushauri."

Waziri aliyejua jinsi Sultani alivyohisi na ile hali aliyokuwamo, ili kumpunguzia maumivu, alimkumbuka ajuza mmoja mchawi aliyesikia habari zake kuwa ni hodari awezaye kubashiri mambo, akapendekeza akaitwe aje awashauri. Sultani alikubali, na Waziri, bila kuchelewa, alituma mtu akamtafute, akamlete.

Alipofika, Waziri alimfikisha mbele ya Sultani. Sultani akamwambia yule ajuza, "Huzuni niliyokuwamo toka mwanangu Ali kumwoa binti Sultani Nura-Nahaar, mpwa wangu, na kutokuweko kwa mwanangu Ahmed, kunajulikana na raia, na bila shaka na wewe pia. Kwa ujuzi na sanaa yako, je, unaweza kuniambia lililompata? Kama yuko hai, yuko sehemu gani, na anafanya nini, na kama kuna uwezekano wa kumwona tena?"

Yule ajuza mchawi alimjibu, "Nasikitika, Seyyid yangu, kwa kukuambia kuwa, kwa ujuzi na uwezo nilio nao, hivi sasa siwezi kuyajibu mara moja hayo maswali yako. Lakini ukinipa nafasi mpaka kesho, nitajaribu kukuridhisha."

Sultani alimpa ule muda, akamwacha aende zake, akimwahidi kuwa, kama majibu yake yatampa matumaini mazuri, atamtunukia zawadi ya kumfurahisha.

Yule mchawi alirejea siku ya pili, na Waziri Mkuu alimfikisha mara ya pili mbele ya Sultani.

"Seyyid yangu," alitamka yule ajuza mchawi, "kwa jitihada zangu zote za sanaa yangu nilizofanya nikitii amri yako, sikuweza kugundua lolote isipokuwa bin Sultan Ahmed yuko hai. Hilo ni la hakika, na ulijue; lakini mahali aliko, sikuweza kugundua."

Sultani wa Bara Hindi ilimbidi aridhike na lile jibu ambalo, kama awali, bado lilimwacha katika hali ya wasiwasi mintaarafu mwanawe Ahmed.

Ajuza Afikishwa Mbele ya Sultani

Tukirejea kwa Ahmed bin Sultani, mara kwa mara aliongea na Pari Banu juu ya baba yake, bila kumtajia kuwa anataka kwenda kumzuru. Lakini mkewe alijua lililokuwa likimkera mumewe, akaona jinsi alivyokuwa akihisi, na kwamba mumewe hakutaka aslan kumwudhi baada ya kumkatalia ombi lake mara ya kwanza, na kuhakikishiwa na Ahmed kuwa anampenda. Na yeye, Pari Banu, kuona jinsi asivyomfanyia mumewe haki, mwisho alimkubalia ombi lake alilokuwa akilitaka sana.

Siku moja Pari Banu alimwambia, "Bin Sultani, ile idhini uliyoomba ya kutaka kwenda kumwona babiyo Sultani nilikukatalia kwa sababu ya wasiwasi niliokuwa nao; lakini sasa, kwa kuwa naamini kauli na vitendo vyako kwamba naweza kukuamini kwa heshima yako na kwa mapenzi uliyo nayo kwangu, nimebadili mawazo. Kwa hiyo, nakupa ruhusa unayoitaka kwa sharti kwamba, kwanza utaniapia kuwa hutachelewa kurejea. Sharti hii, walakini, isikutie wasiwasi kuwa sikuamini; bali ni kwa sababu najua itakufanya uamini, kama nilivyokuambia, jinsi ninavyokupenda."

Ahmed bin Sultani alikuwa tayari kujitupa miguuni pa yule jini wa kike kuonyesha shukrani zake, lakini alimzuia, Ahmed akamwambia, "Sultana wangu, sina maneno ya kutosha ya kukushukuru kwa hisani kubwa uliyonifanyia. Kiapo chako hicho nakikubali, na nakuhakikishia kuwa siwezi kuishi bila wewe. Nitakwenda na, Insha-Allah, nitarejea upesi kukuthibitishia kuwa matakwa yangu ni kuishi nawe milele."

"Bin Sultani," alijibu Pari Banu akifurahishwa na ile kauli ya mume wake, "Nenda wakati wowote upendao. Lakini nakushauri kuwa usimwambie babiyo juu ya ndoa yetu, wala mimi ni nani, na ninakoishi. Mwombe aridhike tu kwa kujua kuwa u mzima na una furaha, na kwamba hutaki chochote kutoka kwake, na umwarifu kuwa ziara yako ni kumtoa wasiwasi na kwamba aridhike na maisha unayoishi na unakoishi."

Pari Banu aliagiza wapanda farasi ishirini wenye farasi wazuri waongozane naye. Kila kitu kilipokuwa tayari, Ahmed alimkumbatia mke wake jini wa kike, akamuaga, akamwahidi tena kuwa atarejea upesi. Farasi aliyempanda alikuwa mzuri kuliko farasi yoyote katika milki ya baba yake, akaanza safari yake.

Kwa kuwa haikuwa ni safari ndefu ya kwenda mbali kutoka pale alipokuwa mpaka makao makuu ya baba yake, baada ya muda mfupi, bin Sultani aliwasili kwao. Watu walifurahi sana kumwona, wakampokea kwa shangwe, wakimwandama mpaka kwenye kasri la baba yake. Baba yake alipomwona, alimkumbatia mwanawe kwa furaha isiyokuwa na kifani, wakati huo huo akimlalamikia kwa kutoweka kwake, akiamini kuwa labda ni kwa sababu ya kaka yake Ali kupata ile nasibu ya kumwoa binti ammi yao Nura-Nahaar.

"Seyyid yangu," alijibu Ahmed, "hilo nakuachia wewe kulikisia jinsi nilivyohisi baada ya Nura-Nahaar kuolewa na Ali. Lakini, je, raia na wewe mwenyewe mliweza kukisia jinsi nilivyohisi? Mapenzi ni hisi isiyofichika kwa urahisi. Wakati tukiwa nayo, inatutawala ingawa tunajaribu kuificha. Seyyid yangu, bila shaka unajua kuwa, nilipoufyetua ule mshale wangu, bahati yangu ilikuwa mbaya kuliko yeyote kwa mshale wangu kutoonekana. Kwa hiyo, sikubahatika. Na kwa kuwa malalamiko yangu yasingeleta mafanikio yoyote, nilikata shauri kwenda kuutafuta mwenyewe kule ilikoangukia mishale ya Hussein na Ali, na nilikoamini kuwa wangu ungeangukia pia, lakini sikufanikiwa. Hata hivyo, sikukata tamaa bali niliendelea kuutafuta kila upande, na nikaendelea mbele zaidi. Hata hivyo, sikufanikiwa kuuona. Mwisho nilijiuliza kama kweli nina akili timamu ya kuusaka mbali vile kwani sikuaamini kuwa ungefika mbali sana vile.

Nilikuwa tayari kuacha jitihada yangu ya kuutafuta, lakini kuna kitu kilichoniambia niendelee mbele zaidi nikautafute, mpaka nilipofika mbali kwenye yale majabali; huko nikauona! Niliukimbilia, nikauchukua, nikautambua kuwa kweli ulikuwa ni ule wangu nilioufyetua!

Kwa kuwa tayari, Seyyid yangu, ulikwisha mtaja kaka yangu Ali kuwa ndiye mshindi, na kwamba hakuna tena dalili yoyote ya mimi kumpata binti ammi yangu, nikaamini yale yaliyonitokea huenda yakawa ya faida kwangu kuliko hasara. Na kwa kuwa yaliyojiri, baada ya hapo ni ya siri, natumaini, Seyyid yangu, hutanikasirikia nisipokufunulia siri hiyo, na kwamba utaridhika nikikuambia kuwa nimeridhika na maisha ninayoishi, na nina furaha.

Katika furaha hiyo niliyomo, jambo la pekee lililonitia wasiwasi, ni kukuogopea wewe, wasiwasi uliokuwa nao wa kutoweka kwangu, na kutojua lililonipata. Hivyo basi, kama wajibu wangu, nimeona ni kheri nije nikuridhishe. Hilo ndilo lililonileta hapa. Kwa hiyo, nakusihi, Seyyid yangu, uniruhusu nirudi nitokako lakini unikubalie nije nikutembelee mara kwa mara kuja kukujulia hali."

"Mwanangu," alijibu Sultani wa Bara Hindi, "siwezi kukukatalia ombi lako, ingawa mimi ningependelea ubaki hapa ukae nasi. Basi niambie tu unakokaa ili, usipotokea tena, au ninapokuhitaji, nikufuate."

"Seyyid yangu," alijibu bin Sultani, "hilo ulitakalo ni moja ya hiyo siri niliyokuambia. Nakusihi usiniulize, uiache. Kama nilivyokutaarifu, nakuahidi nitakuja mara kwa mara kukutembelea."

Sultani hakutaka tena kusisitiza, bali alimwambia Ahmed, "Mwanangu, sitaki kujua zaidi juu ya hiyo siri yako, nakuacha huru. Ninakuambia tu kuwa nimefurahi sana kwa kuja kuniona, na kunirudishia furaha yangu niliyoikosa kwa muda mrefu. Siku yoyote unayotaka kuja, mwanangu, unakaribishwa mikono miwili; njoo!"

Ahmed alibaki kwa baba yake kwa muda wa siku tatu. Siku ya nne alijrejea kwa mkewe Pari Banu aliyemkaribisha kwa furaha kwa kuwa hakutazamia angerudi mapema vile. Kurejea kwake kulimfanya yule jini ajilaumu kwa kumtuhumu awali mumewe kuwa huenda asirudi, akamwomba radhi. Wote wawili walifurahi kukutana na kuungana tena.

Mwezi mmoja kamili, baada ya Ahmed alipomzuru baba yake, kama alivyoona Pari Banu, na kutokana na mazungumzo yake juu ya baba yake alivyoahidiana kuwa atamtembelea mara kwa mara, Ahmed hakuongea tena juu ya Sultani, ilhali, awali, mara kwa mara alimtaja baba yake. Pari Banu alifikiri labda hilo linatokana na yeye mke wake. Kwa hiyo, siku moja alimwuliza, "Hebu niambie, bin Sultani, mbona umemsahau babiyo? Hukumbuki ahadi uliyompa ya kumtembelea mara kwa mara? Sikusahau yale uliyoniambia wakati uliporejea; kumbuka: ahadi ni deni."

"Seyyidati," alijibu Ahmed, "sikusahau ahadi yangu kama unavyofikiria wewe; ukimya wangu unatokana na hisi kwamba, nikikuomba idhini tena, huenda jambo hilo likakuumiza moyo tena!"

"Hasha lilahi," alijbu Pari Banu. "Kwa kuwa sasa ni mwezi kamili toka ulipomwona baba yako, nafikiri wakati umewadia wa kumtembelea tena. Tafadhali nenda ukamtembelee kesho, na mzuru mara moja kwa mwezi bila kuniarifu mimi wala kusubiri ruhusa kutoka kwangu. Nauafiki kabisa mpango huo."

Basi asubuhi ya pili, akisindikizwa kwa fahari kubwa zaidi na wafuasi wake walewale wa kijini, Ahmed bin Sultani alimzuru tena baba yake wakati yeye na wafuasi wake wote wamepanda farasi waliopambwa kwa fahari, akapokewa kwa furaha na Sultani baba yake aliyestaajabu kuona lebasi na vito vya fahari alivyovalia mwanawe.

Kwa muda wa miezi kadhaa Ahmed akawa kila mara anamtembelea baba yake kwa fahari kubwa zaidi.

Mwisho, wale waliokuwa karibu ya Sultani waliokuwa vipenzi wake, na walioshuhudia fahari ya Ahmed kila alipomtembelea baba yake, na kwa kuwa walikuwa na uhuru wa kuongea wazi na Sultani bila woga wowote, walianza kumtia wivu Sultani, wakimwambia kuwa ni jambo la kawaida kwa baba kujua aendako mwanawe, na anaupata wapi utajiri wote ule unaoonekana anapokuja, na kwamba fahari yote hiyo anayokuja nayo ni kumdharau na kumtusi baba yake, ikitafsiriwa kumaanisha kuwa hahitaji chochote kutoka kwake, na kwamba, asipoangalia, huenda akajipendekeza kwa raia, na mwisho akampindua!

Sultani wa Bara Hindi, hata siku moja, hakufikiri kuwa mwanawe huja kumtusi kwa kumwonyesha fahari yake, na kwamba Ahmed angeweza kuwa na mpango mwovu kama huo wa kutaka kumpindua, akawaambia, "Mnakosea kabisa mnaposema hivyo; mwanangu ananipenda, kwani sikulifanya lolote la kumwathiri kulifikiri jambo kama hilo."

Kwa kauli hii, mmoja wa wale vipenzi wake alichukua fursa ya kusema, "Seyyid yetu, kwa kufuatana na mawazo ya watu jasiri, hatua uliyochukua ya kuwafanya mabin Sultani kushindania Nura-Nahaar ilikuwa ya haki kabisa, lakini ni nani ajuaye kama Ahmed aliridhika na yale matokeo kama alivyoridhika kaka yake Hussein? Inawezekana kuwa yeye bado anafikiri ndiye aliyemstahili binti ammi yake, na kwamba hakutendewa haki."

"Seyyid yetu unaweza kusema," aliongeza yule mtu mwovu, "kuwa Ahmed hakuonyesha dalili yoyote ya kutoridhika, na kwamba tuhuma zetu hazina msingi, na kwamba hayo ni mambo ya kukisia tu. Lakini, Seyyid yetu," aliendelea yule mtu, "inawezekana pia kuwa tuhuma zetu ni za kweli. Seyyid yetu, kwa jambo kama hili, inakupasa uchukue tahadhari kubwa, kwani hakuna ajuaye lijalo. Hebu fikiri: ni kwa ajili ya maslahi ya mwanao Ahmed kukudanganya; na kwa kuwa haishi mbali na makao yako makuu, hatari ni kubwa sana. Na kama utafanya tahadhari kama tufanyavyo sisi, ungegundua kuwa, kila anapokuja kukutembelea, wafuasi wake ni tofauti kwa sura, kwa tabia, na kwa silaha zao safi na mpya kana kwamba zinatoka kiwandani! Zaidi ya hayo, farasi wao wanaonekana kama hawakuchoka. Hizi zote ni dalili kuwa Ahmed bin Sultani hasafiri kutoka mbali. Kwa hiyo, ni wajibu wetu sisi wanamajlis yako kukuzindua kutokana na jambo hili kwa ajili ya wema na usalama wako ili uchukue mapema hatua ya kujihadhari kabla ya hatari."

Walipomaliza kumweleza yote haya, Sultani aliwaambia, "Sidhani mwanangu Ahmed ni mwovu kiasi hicho mnachotaka niamini. Hata hivyo, nawashukuru kwa ushauri wenu, na sina shaka kuwa mna nia njema nami."

Sultani wa Bara Hindi aliyatamka hayo ili wale wanamajlis yake vipenzi wasijue jinsi yale waliyomwambia yalivyomwathiri. Kusema kweli, alishtuka sana kusikia maneno yale, akafanya mpango wa mwanawe Ahmed kuchunguzwa, bila Waziri Mkuu na wala wanamajlis yake kujua. Kwa hiyo, alitumwa mtu kwenda kumwita yule ajuza mchawi, akaingizwa ndani kwa kupitishwa tena mlango wa siri.

Alipofika, Sultani alimwambia, "Uliniambia ukweli uliponiarifu kuwa mwanangu Ahmed yu hai, nami nakushukuru sana kwa ule utabiri wako. Sasa nataka unifanyie hisani nyingine. Ahmed anakuja kwangu kila mwezi; lakini sijui anakoishi, na sitaki kumlazimisha aniambie. Lakini naamini wewe una uwezo wa kuuridhisha udadisi wangu bila yeye kujua, wala majlisi yangu kujua aishiko. Unajua kuwa hivi sasa yuko hapa, na kwa kawaida, huondoka bila kuaga. Kwa hiyo, nataka ukajifiche mahali barabarani, uchunguze anakokwenda, uje uniarifu."

Yule ajuza mchawi aliondoka, na kwa kuwa alijua mahali bin Sultan alikouokota ule mshale wake, alielekea kule, akajificha karibu na yale majabali bila kuonekana na mtu.

Alfajiri ya pili, Ahmed bin Sultani alitoka bila kumwaga baba yake au majlis yake, kama ilivyokuwa kawaida yake. Yule mchawi alipomwona anakuja, alimsindikiza kwa macho mpaka alipotoweka na wafuasi wake.

Kunyooka juu kwa yale majabali kulikuwa kizuizi kikubwa kwa watu waliopanda farasi au waliotembea kwa miguu. Jambo hili lilimfanya yule ajuza mchawi afikiri yule kijana ama ameingia katika pango, au ameingia mahali panapokaliwa na majini.

Alipokisia kuwa sasa bin Sultani na wafuasi wake wamefika mbali huko waendako, alitoka pale alipojificha, akaichunguza ile sehemu walikotowekea. Aliingia mle, akaendelea mpaka akafika mahali palipopindapinda, akachunguza pande zote. Hata hivyo hakuona kiingilio chochote, wala hakuona ule mlango wa chuma Ahmed aliougundua, kwani mlango huo uliweza kuonekana tu na yeye na wale waliopewa uwezo na jini Pari Banu.

Yule ajuza alipoona ni kazi bure kuendelea kutafuta, alitosheka na yale machache aliyoyagundua, akarejea kumwarifu Sultani. Alipomwambia aliyoyagundua, aliongeza kusema, "Seyyid yangu, inakupasa uelewe kuwa, baada ya yale niliyokuwa na heshima kukuambia, haitakuwa vigumu kuyaridhisha matakwa yako mintaarafu tabia ya mwanao Ahmed. Walakini, kutekeleza hayo, nahitaji muda, nawe uwe na subira, uwe mstahmilivu, na unipe idhini ya kutenda niyatakayo bila kuniuliza yale ninayotaraji kuyafanya."

Sultani aliridhika na yale yule ajuzi mchawi aliyokusudia kuyafanya, akamwambia, "*Ruksa,* fanya uonavyo sawa; nitasubiri kwa hamu matokeo ya ahadi yako." Na kwa kumtia nia, Sultani alimpa johari ya thamani kubwa, akimwambia kuwa hicho ni kitangulizi tu cha yale atakayomtunukia atakapotekeleza kazi aliyoahidi kuikamilisha.

Ahmed bin Sultani, baada ya kupata idhini kutoka kwa jini Pari Banu, hata siku moja hakukosa kumtembelea baba yake mara moja kwa mwezi. Na kwa kuwa yule ajuza mchawi alijua wakati Ahmed anapokwenda kumtembelea baba yake, alielekea kule mapangoni alikotowekea siku mbili kabla ya kutokea kwake, akamsubiri kutekeleza alilolikusudia.

Asubuhi ya pili, Ahmed bin Sultani alitokea kwenye ule mlango wa chuma, akifuatana na wale wafuasi wake, njiani akampita yule ajuza. Alipomwona amelala pale na ameweka kichwa chake jabalini akilalamika kuwa ana maumivu makali, alimwonea huruma, akamgeuza farasi wake, akamwuliza kama kuna jambo lolote analoweza kumsaidia.

Yule ajuza, bila kuinua kichwa chake, alimwangalia bin Sultani kwa unyonge uliomfanya amwonee huruma, akamjibu kwa sauti dhaifu kana kwamba hawezi kupumua, kuwa anaelekea jijini. Lakini njiani alishikwa na homa kali akawa hana nguvu tena, ndiyo maana amejilaza pale alipo ambapo ni mbali kabisa na penye watu bila kuwa na matumaini ya kupata msaada wowote.

"Bibi mwema," alijibu bin Sultani, "huku ni mbali na msaada kama unavyokisia. Lakini nitakusaidia kukupeleka mahali ambapo hutapata tu msaada na kutunzwa, bali utakakouguzwa na kupata nafuu upesi nafuu. Haya, nyanyuka, na acha mmoja wa watu wangu akuchukue, anifuate."

Kwa kauli hii, yule ajuza mchawi, aliyejifanya mgonjwa ili kujua anakoishi yule bin Sultani, na jinsi anavyoishi, alikubali ule ukarimu wa Ahmed, akajifanya ananyanyuka kwa shida kwa ajili ya ugonjwa asiokuwa nao. Wakati huo huo, wawili wa wafuasi wa Ahmed walimshika, wakamsaidia kunyanyuka, wakampandisha nyuma ya farasi wa mmoja wao.

Walipompandisha farasi, walimwandama bin Sultani, ambaye aligeuka kuelekea tena kule alikotoka kwenye ule mlango uliofunguliwa na mmoja wa wafuasi wake. Alipoingia ndani na kufika kwenye uwanja wa kasri la yule jini, bila yeye kushuka, alituma taarifa mkewe aambiwe kuwa anataka kuongea naye.

Yule jini wa kike alifika mara moja bila kujua sababu za Ahmed kumwita upesi vile. Alipowasili, Ahmed alimwambia kabla hajaulizwa lolote, "Binti Mfalme, natumaini utamwonea huruma bibi huyu mwema, maskini" akinyoosha kidole chake kwa yule ajuza mchawi aliyeshushwa na watu wawili kutoka kwenye mgongo wa farasi. "Nimemkuta akiwa katika hii hali mbaya unayomwona nayo, na nimemwahidi msaada anaouhitaji, nikitumaini utamsaidia kama nilivyomwahidi."

Pari Banu, ambaye wakati wote ule, alimkazia macho yule ajuza mchawi aliyejifanya mahututi wakati Ahmed akiongea, aliamrisha wawili wa wajakazi wake wamchukue, wampeleke katika chumba kimoja katika kasri lake, na wamtunze kadiri ya uwezo wao.

Ahmed Akimwomba Pari Banu Amsaidie yule Ajuza

Wakati wale wajakazi wakitekeleza amri, Pari Banu alimwendea Ahmed, akamnong'oneza, "Bin Sultan, nakusifu kwa huruma yako na nitatekeleza amri yako yenye nia njema. Lakini niruhusu nikuambie kuwa malipo ya vitendo vyako hayatakuwa mema. Huyu mwanamke si mgonjwa kama hivyo anavyojifanya. Na sikosei nikisema kuwa ametumwa kwa sababu ya kuzusha janga. Lakini usijali, wacha litokee lililokusudiwa. Nakuahidi nitakuepusha mitego yote uliyotegewa; wewe endelea tu na safari yako."

Kauli hii ya mke wake haikumshtua Ahmed hata kidogo. "Binti Mfalme wangu," alijibu, "kwa kuwa sikumbuki kumfanyia yoyote jambo lolote baya, siamini kuna anayedhamiria kunidhuru. Kama kuna, mimi siachi kutenda mema kila ninapojaaliwa kuyatenda."

Baada ya kutamka maneno hayo, Ahmed alimuaga mke wake, akaelekea kwa baba yake alikofika mara moja na alikopokewa kwa furaha kama kawaida, bila baba yake kuonyesha wasiwasi wowote wa yale aliyoambiwa na wale watu waliokuwa karibu naye katika majlis yake.

Wakati huo, wale wanawake wawili walioamrishwa na Pari Banu kumpeleka yule ajuza mchawi katika kasri, kwanza walimkalisha kwenye kochi, wakamfunika blangeti, wakamtandikia kitanda, wakamlaza, kwani yule ajuza alidai kuwa ana homa kali. Mmoja wa wale wajakazi alitoka, akarudi na kikombe kilichojaa kinywaji fulani, akamkabidhi yule ajuza mchawi, wakati mwenzake akimkalisha, wakamwambia, "Kunywa; ni maji kutoka katika Chemchem ya Simba, na ni dawa dhidi ya homa; matokeo yake utayaona baada ya muda mfupi."

Yule ajuza alipokea, na baada ya kusisitizwa sana, aliyanywa kwa shida. Alipolazwa tena kitandani, wale wajakazi walimfunika, wakimwambia, "Tulia, na jaribu kupata usingizi. Tunaondoka tukitumaini, tutakaporudi, utakuwa umekwisha pata nafuu."

Yule ajuza aliyekwenda, si kujifanya mgonjwa, bali kujua anakoishi na anavyoishi Ahmed, aliridhika kujua aliyotaka kuyajua, na alikuwa tayari kutangaza kuwa ile dawa imemsaidia, na sasa ana hamu ya kuondoka upesi, akiwa na nia ya kurudi kwa Sultani, kumwarifu mafanikio yake. Lakini kwa kuwa aliambiwa kuwa ile dawa haiponyeshi mara moja, ilimbidi asubiri kidogo.

Wale wajakazi wawili walirudi tena mle ndani ule wakati walioahidi, wakamkuta yule ajuza ameketi kwenye kochi, na alipoona wanafungua mlango, aliwaambia kwa sauti ya juu, "Amma kusema kweli ile ni dawa ya ajabu sana! Imeniponyesha mapema kuliko vile mlivyoniambia, na nimekuwa nikiwasubiri kwa hamu mnipeleke kwa bibi yenu, nikamshukuru kwa wema wake ambao siku zote nitaukumbuka na kuuthamini. Kwa kuwa nimepona upesi kimiujiza, sitaki kupoteza wakati, bali nitaendelea na safari yangu."

Wale wajakazi wawili waliokuwa majini kama tajiri wao, baada ya kumwambia yule ajuza jinsi walivyofurahi kusikia amepona upesi vile, walimtangulia, wakamwongoza kupitia vyumba mbalimbali vilivyopambwa vizuri, mpaka wakamfikisha katika ukumbi mkubwa ulionakshiwa kwa fahari zaidi kuliko kwingine kokote.

Pari Banu alikuwa ameketi kwenye kiti cha enzi kilichotengenezwa kwa dhahabu na kupambwa kwa vito, kila upande akizungukwa na majini wa kike wa kuvutia waliovalia na kujipamba vizuri.

Alipoona fahari yote ile, yule ajuza aliingiwa na kiwewe. Alijitupa mbele ya kile kiti cha enzi, akashindwa kufungua mdomo kumshukuru yule jini kama alivyokusudia. Walakini, Pari Banu alimsaidia kwa kusema, "Bibi mwema, nimefurahi kuwa niliweza kukusaidia, na sasa unaweza kuendelea na safari yako. Sitakuzuia; lakini labda utafurahi kuliona kasri langu kwanza. Hivyo basi, wafuate wajakazi wangu wakakutembeze wakakuonyeshe."

Yule ajuza mchawi, ambaye hakuwa na uwezo wa kukataa, alijitupa mara ya pili miguuni pa Pari Banu, kichwa chake akikiweka kwenye busati lililotandikwa chini mbele ya kile kiti cha enzi, halafu alinyanyuka, akaaga akiongozwa na wale majini wawili wa kike kupitia kule alikopitishwa na Ahmed mara ya kwanza, huku akisifu uzuri wa kila mahali. Lakini kilichomstaajabisha zaidi ni yale aliyoambiwa na wale majini wawili kuwa utajiri na fahari yote ile aliyoiona ni ya yule binti Mfalme wao, na kwamba, katika milki yake, ana makasri chungu nzima ya ajabu zaidi!

Wakati wakimweleza yote hayo, walimwongoza mpaka kwenye ule mlango wa chuma alikoingizwa na Ahmed. Baada ya kuwaaga na kuwashukuru, wale watoto wa kike walimtakia safari njema, wakamfungulia ule mlango.

Alipofika mbali kidogo, yule ajuza mchawi aligeuka nyuma kuutazama ule mlango ili apakumbuke vizuri pale mahali lakini hakufanikiwa kwani, kama ilivyodhihirika awali, ulikuwa hauonekaniki na mtu mwingine yeyote. Hata hivyo, aliridhika na yale aliyoyagundua, akaelekea kwa Sultani.

Alipowasili kwenye makao makuu, alielekea kwa Sultani kwa kupitia ule mlango wa siri. Sultani aliyearifiwa kuwasili kwake, alimkaribisha ndani. Alipomwona hana uso wa furaha, alifikiri labda hakufanikiwa, akamwambia, "Uso wako unaonyesha kuwa safari yako haikuwa ya mafanikio."

"Seyyid yangu," alijibu yule ajuza mchawi, "uso wangu usikufanye uamini kuwa sikufanikiwa kutekeleza yale uliyonifanyia heshima ya kwenda kukutimizia. Huzuni uliyoiona kwenye uso wangu imesababishwa na jambo jingine utakalolijua nitakapokueleza yale nitakayokuarifu."

Yule ajuza mchawi alimweleza Sultani wa Bara Hindi jinsi alivyojifanya mgonjwa mahtuti, mwanawe Ahmed akamwonea huruma, akaamrisha apelekwe ndani, akamwamrisha jini wa kike mzuri ajabu amwuguze. Halafu alimsimulia jinsi yule jini alivyowaamrisha wajakazi wake wawili wamhudumie. Alimhadithia pia jinsi kasri alimowekwa lilivyokuwa la fahari, na dawa aliyopewa aliyoambiwa kuwa itamponyesha upesi (ingawa yeye hakuwa mgonjwa), akaamini kweli ingemponyesha. Halafu alimweleza jinsi utajiri alioushuhudia ulivyokuwa mkubwa kuliko ule wa ufalme wa Bara Hindi. Kwa kumaliza masimulizi yake, yule ajuza alisema, "Je, Seyyid yangu, unafikiri nini juu ya huo utajiri wa huyo jini usiokuwa na kifani? Labda utasema kuwa unaufurahia kwa sababu ni wa mwanao Ahmed. Lakini, kwa upande wangu mimi, naomba unisamehe nikisema kuwa, nafikiri kinyume kabisa, na kwamba naogopa ninapokisia yale yanayoweza kukupata dhidi yako kutokana na hali hiyo. Na hiyo ndiyo sababu ya ile hali uliyoniona nayo wakati nilipoingia humu."

"Sidhani kuwa Ahmed," aliongeza yule ajuza "kutokana na tabia yake nzuri, anaweza kuchukua hatua yoyote mbaya dhidi yako; lakini ni nani awezaye kusema kuwa yule jini wa kike, kwa ajili ya athari alizo nazo kwa mwanao, hawezi kumshawishi na kumwathiri, akakupindua na kuuteka ufalme wa Bara Hindi?"

"Hilo, Seyyid yangu, ndilo unalopaswa kulijua na kulifikiria," alimaliza yule ajuza.

Ingawa Sultani wa Bara Hindi alijua kuwa tabia ya mwanawe Ahmed ni nzuri, hata hivyo aliingiwa na wasiwasi juu ya yale aliyoyagundua kutoka kwa yule ajuza na yale aliyomweleza, akisema, "Nakushukuru sana kwa jitihada zako na kunihadharisha kwako; nitaufikiria ushauri wako."

Wakati alipoarifiwa kuwasili kwa yule ajuza, Sultani alikuwa akishauriana na wale wanamajlis wake vipenzi waliokuwa karibu naye. Alimwambia yule ajuza mchawi aongozane naye, akawajulishe kwa wale vipenzi wake, akawaarifu yale yule mchawi aliyoyagundua, na athari za huyo jini kwa mwanawe. Hapo akataka ushauri wao juu ya hatua inayopasa kuchukuliwa ili yale aliyoambiwa yangeweza kumtokea, yasimtokee.

Mmoja wa wale watu, kwa niaba ya wenzake, alisema, "Seyyid yetu, wewe mwenyewe unaweza kukisia ni yupi anayeweza kufanya jambo kama hilo dhidi yako. Ili kuzuia lisitokee, hivi tunapozungumza, mwanao yuko katika kasri lako na mikononi mwako; usisite kumkamata. Sisemi mtoe roho, kwani hilo linaweza likasababisha ghasia nchini; lakini mtie korokoroni." Kauli iliyoungwa mkono na washauri wake wengine wa majlisini.

Lakini yule ajuza mchawi aliyefikiri mpango huu ni wa kikatili, alimwomba Sultani ruhusa ya kusema machache, akatamka, "Seyyid yangul, mimi ninaamini ushauri wa wanamajlis yako hawa ya kumtia Ahmed korokoroni, unatokana na lile wanalofikiri ni kwa ajili ya maslahi yako. Lakini nafikiri hawataona nimekosea nikithubutu kusema kuwa ukimtia Ahmed korokoroni, itakubidi uwakamate na wale wafuasi wake ambao ni majini. Je, mnafikiri itakuwa rahisi kufanya hivyo? Je, hawatatoweka mara moja kwa uwezo wao wa kijini na kujifanya wasionekane, na kwenda kumwarifu mkewe? Je, mkewe hatamlipia kisasi? Je, si bora, bila kuzusha balaa lolote, Sultani kutumia njia nyingine ya kumkamata Ahmed, bila kuihusisha na kuivunja heshima ya Sultani? Kama Seyyid yangu ataukubali ushauri wangu, majini wana uwezo wa kufanya mambo yasiyoweza kufanywa na wanadamu. Kwa hiyo, napendekeza Sultani amwambie mwanawe ampatie vitu visivyowezekana. Kwa mfano, kila Seyyid yangu unapokwenda kuzuru mikoa mingine, unatumia gharama kubwa kwa mahema kwa ajili ya jeshi lako, pamoja na wanyama wengi wa kukubebea mizigo. Mwombe Ahmed akupatie hema moja ambalo linaweza kuchukuliwa mkononi, lakini kubwa linaloweza kuhifadhi jeshi lako zima."

"Sina zaidi ya kukuambia, Seyyid yangu," alisema yule ajuza, akiongeza, "Kama bin Sultan atalileta hema la namna hiyo, unaweza kudai mambo mengine magumu zaidi mpaka mwisho ashindwe ingawa anapendwa na huyo mke wake jini. Atakaposhindwa, hatafika tena kwako, atayatumia maisha yake yote kwa huyo jini wake, na wewe, Seyyid yangu, hutakuwa na lolote la kukhofu badala ya kumwaga damu yake au kumfunga korokoroni maisha."

Yule ajuza alipomaliza kusema, Sultani aliwauliza wale vipenzi wake kama wana lolote jingine ambalo wangependekeza zaidi. Walipokaa kimya, Sultani alifuata ushauri wa yule ajuza kwa kuwa ndio uliokuwa bora.

Siku ya pili wakati bin Sultani alipofika mbele ya baba yake, ambaye alikuwa akiongea na wale wanamajlis wake vipenzi, na alipoketi na kuongea na baba yake juu ya mambo mbalimbali, Sultani alimwambia mwanawe, "Mwanangu, ulipokuja na kuniondolea ile huzuni niliyokuwa nayo kwa kutoweka kwako kwa muda mrefu, nilifurahi sana, na ninaridhika kukuona mara kwa mara, nikijua kuwa na wewe umeridhika pia na huko uishiko. Mimi sikutaka kujua siri yako ambayo hukutaka kunifunulia. Sijui sababu ya kumfanyia babiyo akupendaye jambo kama hilo. Sasa najua bahati yako nzuri, na nakufurahia na naunga mkono kumwoa kwako jini anayekustahili, na mwenye utajiri na nguvu, kama nilivyoarifiwa. Sasa umepandishwa daraja ambayo kila mmoja anaweza kukuonea wivu isipokuwa mimi babiyo. Mimi si tu nataka kuuimarisha uhusiano wetu, bali nataka utumie athari yako kwa mkeo kwa kupata msaada wakati mimi babiyo niutakapo. Kwa hiyo, leo nitamjaribu kwa maslahi yako. Bila shaka unajua gharama ninazotumia, na matatizo mengine ninayoyakabili mimi na majemadari wangu, na wakuu wengine wa serikali kila niendapo kuzizuru sehemu nyingine za dola. Huwa nahitaji mahema, farasi, nyumbu, ngamia, na wanyama wengine wengi wa kubeba mizigo kwa ajili ya safari hizo. Unaweza kukisia ihsan utakayonifanyia kama utamwuliza mkeo atupatie hema moja kubwa linaloweza kubebwa na mtu, na liwezalo kutosha jeshi langu zima, hasa ukimwarifu kuwa ni kwa ajili yangu mimi babiyo. Dunia nzima inajua kuwa majini wana uwezo wa kupata au kufanya vitu vya ajabu."

Ahmed hakutegemea kabisa kuwa baba yake atadai kitu kama hicho, ambacho kwake, kilionekana ni kigumu, au hakiwezi kupatikana, ingawa hakujua uwezo wa majini, na kama wanaweza kutekeleza ombi kama hilo alilodai baba yake. Zaidi ya hayo, alikuwa bado hajamwomba Pari Banu kitu chochote. Hivyo basi, hakujua la kumjibu baba yake. Mwisho alimwambia, "Kama Seyyid yangu nimekuficha yaliyonipata, na hatua niliyochukua baada ya kuuona ule mshale wangu, sababu ilikuwa si muhimu kukuarifu. Na ingawa sielewi ni vipi umefunuliwa siri yangu, nakiri kuwa yote uliyoambiwa ni ya kweli, na kwamba nimemwoa huyo jini unayemsema. Nampenda, na nina hakika naye ananipenda. Lakini siwezi kusema lolote juu ya athari unayofikiri ninayo kwake, kwani hilo bado sijamjaribu wala sikulifiria, na niliombalo kwako usiniambie nikalijaribu, bali uniache niishi naye maisha ya kawaida ya kupendana naye. Walakini, madai ya baba kwa mwanawe ni amri kwa kila mwana ambaye, kama mimi, afikiriaye kumtii kwa kila jambo.

Ingawa itakuwa ni vigumu, nitamwuliza mke wangu hiyo ihsani uitakayo; lakini siahidi kuwa nitaipata. Na kama sitakuja tena kukutembelea na kutoa heshima zangu, hiyo itakuwa ni dalili kuwa sikufanikiwa, na kwamba, samahani kutamka, kuwa wewe ndiye utakayekuwa ni sababu."

"Mwanangu," alijibu Sultani wa Bara Hindi, "nitasikitika sana kujua kuwa, kutokukuona tena, kutakuwa kumesababishwa na hilo ombi langu. Naona kuwa wewe hujui nguvu alizo nazo mume kwa mkewe. Hilo litakuthibitishia kama mapenzi ya mkeo kwako ni dhaifu au la - kama, kwa nguvu na uwezo alio nao kama jini, atakataa kukutekelezea ombi dogo kama hilo nililoliomba. Usiogope na kufikiri kuwa hakupendi sana kama hivyo umpendavyo. Nenda ukamwombe na utaona kuwa anakupenda zaidi kuliko vile unavyokisia. Na kumbuka kuwa, kama anakupenda, hatakukatalia ombi lako lolote."

Yote haya aliyoyasema Sultani hayakumridhisha Ahmed aliyefikiri ni heri baba yake angeomba kitu kingine chochote kuliko kile kinachoweza kumwudhi mpenzi wake Pari Banu. Kwa hasira alizokuwa nazo, aliondoka siku mbili kabla ya kawaida yake.

Alipofika, yule jini ambaye, kila aliporejea alimlaki kwa furaha, alimwuliza sababu za kubadilika kwake vile. Badala ya kumjibu, Pari Banu aliona Ahmed akimwuliza yeye hali yake ilivyo, kuliepuka kulijibu lile swali lake aliloulizwa. Hapo Pari Banu alimjibu, "Nitalijibu swali lako utakaponijibu langu!"

Ahmed alikataa kumwambia lililokuwa moyoni mwake akisema kuwa hana lolote. Lakini kadiri alivyokana, ndivyo Pari Banu alivyozidi kusisitiza, akisema, "Siwezi kustahamili kukuona hivyo ulivyo. Niambie linalokukera lolote na liwe niliondoe. Litakuwa ni jambo la ajabu kama nitashindwa kulitatua na kulipatia ufumbuzi kwa kufuatana na uwezo wangu. Labda liwe kifo cha baba yako. Kama ni hilo, sitakuwa na uwezo wowote isipokuwa kukufariji tu."

Bin Sultani hakuweza kustahamili yale masisitizo ya mkewe, akamwambia, "Seyyidati, Mwenyezi Mungu Ampe umri mrefu baba yangu, na Ambariki katika maisha yake yote. Nimemwacha mzima, bukheri wa afya. Kwa hiyo, hilo si sababu ya hii huzuni unayoniona nayo. Sababu ni baba yangu Sultani ndiye aliyenifanya niwe katika hii hali unayoniona nayo kwa kuniomba jambo gumu umtekelezee.

Unajua jinsi nilivyokuahidi kuwa sitamwambia ninakoishi wala ninayeishi naye na jinsi niishivyo. Nilishangaa kusikia kuwa anajua yote hayo na sielewi ni nani aliyemwambia."

Mke wake alimkatiza Ahmed kauli kwa kumwambia, "Lakini mimi namjua. Kumbuka yale niliyokuambia mintaarafu yule ajuza aliyekufanya uamini kuwa ni mgonjwa, na uliyemwonea huruma? Ni yeye ndiye aliyeifichua siri uliyokuwa ukimficha babiyo. Nilikuambia kuwa hakuwa mgonjwa, bali alijifanya tu. Kifupi ni kwamba, wale wajakazi wawili niliowaambia wamhudumie walipompa kinywaji dhidi ya ile homa aliyosema alikuwa nayo, alijifanya amepona upesi, akaja akaniomba apewe ruhusa ya kwenda zake. Alifanya hivyo ili akatoe habari ya yale aliyokusudia kuyatekeleza. Alikuwa na haraka mno na angekwenda kama si wale wajakazi wangu kumsisitiza kwanza alione kasri langu.

Hebu sasa niambie lile ambalo babiyo alilolisababisha hata ukawa katika ile hali niliyokuona nayo na linalokushinda kumwambia mkeo."

"Seyyidati," alijibu Ahmed, "bila shaka unajua jinsi nilivyoridhika na mapenzi yako, na kwamba, hata siku moja, sijakuuliza unifanyie hisani yoyote. Ni kitu gani anachoweza kudai mume kwa mkewe baada ya kupendwa kama unipendavyo? Najua nguvu na uwezo wako, lakini bado sijajaribu kuujua au kuushuhudia. Kwa hiyo, nakusihi, mpenzi wangu, si mimi bali ni baba yangu Sultani anayekuomba umpatie hema kubwa liwezalo kutosha jeshi lake lote na majlis yake kujikinga dhidi ya mazingira kama vile hali ya hewa wakati anapozitembelea sehemu nyingine za milki yake. Walakini, hema hilo liwe liwezalo kuchukuliwa mkononi!

Kwa mara nyingine tena, nakusihi ukumbuke kuwa, si mimi bali Sultan baba yangu ndiye aliyeliagiza."

"Bin Sultani," alijibu mkewe akitabasamu, "nasikitika kuwa jambo dogo kama hilo limeweza kukutia wasiwasi, hata ukaonekana kama vile ulivyoonekana! Naona kuna moja ya mawili yaliyochangia jambo hili: la kwanza ni ahadi uliyoiweka ya kunipenda mimi, na nawe ukapendwa nami ndiyo maana ukashindwa kuniomba kuona uwezo wangu. La pili, nina hakika, ni ile imani yako kwamba lile aliloliomba babiyo siwezi kulitekeleza.

Mintarafu la kwanza, nakusifu, na nitaendelea kukupenda zaidi. Kuhusu la pili, sina budi kukuambia kuwa ombi la babiyo Sultan, ni jambo dogo; naweza kumfanyia makubwa zaidi! Kwa hiyo, usiidhili nafsi yako; niko tayari kukufanyia lolote lile ulitakalo."

Mara ileile Pari Banu alimwita mweka hazina wake mmoja wa kike, akamwambia, "Nuur-Jehaan" (ndilo lilikuwa jina lake), "nenda ukaniletee hema kubwa kuliko lolote lililomo katika hazina yangu."

Nuur-Jehaan, mara ileile alirejea na hema ambalo, si kwamba liliweza kushikwa mkononi, bali lililoweza kufichika kwenye kiganja cha mkono wakati mkono unapofumbwa, akamkabidhi Pari Banu, ambaye naye alimpa Ahmed kuliangalia.

Ahmed alipoliona, na alipoambiwa na mkewe kuwa ni kubwa kuliko lolote lililomo katika hazina yake, alifikiri anamtania, lakini alishangaa aliposikia Pari Banu akimwamrisha Nuur-Jehaan, "Kalichukue ukalijenge nje aone mwenyewe kama baba yake ataridhika na ukubwa."

Mara ileile Nuur-Jehaan alitoka nalo nje, mbali kidogo na lile kasri. Alipolijenga, upande mmoja ulifikia lile kasri lililokuwa mbali sana! Ahmed akathibitisha kuwa ni kubwa mno hata lingetosha wanajeshi mara dufu ya wale wa baba yake; akamwambia Pari Banu, "Mara elfu naomba msamaha kwa mke wangu! Baada ya kuliona, naamini hakuna lolote usiloliweza!"

"Unaona,"alitamka mke wake, "kuwa hilo hema ni kubwa kuliko vile alivyokisia baba yako? Lakini ujue kuwa lina uwezo mmoja; lenyewe laweza kuongezeka ukubwa au udogo kutegemea idadi ya watu wanaoingia humo."

Yule mweka hazina alilichukua lile hema, akalipunguza ukubwa, likawa dogo, akamtilia Ahmed mkononi. Alilipokea, na bila kusubiri mpaka siku ya pili, alimpanda farasi wake, akaelekea nalo kwa baba yake akiongozana na wale wafuasi wake.

Sultani aliyefikiri kuwa hema kama lile alilolitaka halipatikani, alishangaa sana kumwona mwanawe amerejea upesi vile. Alipokea kile kihema, akastaajabu kuona udogo wake. Lakini alishangaa zaidi alipoona ukubwa wake wakati kile kihema kidogo kilipojengwa kwenye uwanja mkubwa uliokuwa mbele ya kasri lake! Ahmed alimwarifu kuwa lile hema linaweza kuongezeka ukubwa au kupungua udogo kutegemea idadi ya wakazi wa humo ndani.

Sultani alijifanya anamshukuru mwanawe kwa ile zawadi adimu, akimwambia kuwa, atakaporudi, atoe shukrani zake nyingi za dhati kwa mkewe, akimthibitishia mwanawe kuwa analithamini sana lile hema. Hapo akatoa amri likahifadhiwe vizuri katika hazina yake.

Kile Kijihema Kikawa Hema Kubwa Ajabu!

Lakini moyoni mwake, Sultani alikuwa na wivu mkubwa kuliko yule ajuza mchawi na wale vipenzi wa majlis yake, akifikiri: kwa uwezo na kipaji cha mkewe, mwanawe Ahmed anaweza kumwangamiza. Basi kwa mara nyingine tena alimwita yule ajuza aliyemshauri Sultani amwambie mwanawe amletee maji ya Chemchem ya Simba!

Jioni, wakati akizungukwa na wanamajlis wake kama ilivyokuwa kawaida yake, na mwanawe alipokuja kutoa heshima yake kwa wote waliokuwa hadhirina, Sultani alimwambia Ahmed, "Mwanangu, nimeshakuambia jinsi ninavyokushukuru kwa lile hema ninalolithamini na kulihifadhi katika hazina yangu. Lakini nataka unifanyie jambo moja, ambalo litakuwa muhimu kwangu. Nimeambiwa kuwa mkeo anatumia namna fulani ya maji yaitwayo Maji ya Chemchem ya Simba yawezayo kuponyesha ugonjwa wa aina yoyote, hata kama ni wa hatari namna gani. Na bila shaka unajua kuwa siha yangu ni muhimu kwako nikitumaini utamwomba mkeo anipatie chupa moja ya maji hayo, uniletee ili niyatumie mara kwa mara. Tafadhali, mwanangu, nifanyie jambo hili muhimu, ukamilishe wajibu wako kwa baba yako."

Bin Sultani, aliyedhani kuwa baba yake angeridhika na lile hema alilomletea, na kwamba asingempa jukumu jingine ambalo lingeweza kumwudhi mkewe, alishangaa kupita kiasi kumsikia baba yake akitoa ombi jingine, ingawa mkewe alimwambia kuwa anaweza kumpatia chochote akitakacho.

Baada ya kukaa kimya kwa muda, Ahmed alitamka, "Nakuhakikishia, Seyyid yangu, kuwa hakuna jambo lolote ulitakalo linaloweza kuimarisha maisha yako ulitakalo kwangu ninalokukatalia; mradi lisiwe la kuhatarisha maisha yangu. Kwa sababu hiyo, sithubutu kukuahidi kuwa nitakuletea hayo maji uyatakayo; niwezalo ni kukuhakikishia kuwa nitamwomba mke wangu. Lakini ujue kuwa litakuwa jambo gumu kwangu kumwomba tena kama ilivyokuwa awali."

Asubuhi ya pili, Ahmed bin Sultani alirejea kwa Pari Banu, akamweleza ukweli wa mambo, na yote yale yaliyotokea baina yake na wanamajlis ya Sultani na Sultani mwenyewe: toka kumkabidhi lile hema alilolipokea kwa shukrani nyingi, mpaka ombi lake la pili la kutaka maji ya Chemchem ya Simba, akiongeza, "Lakini, binti Mfalme wangu, nakuambia haya kama yalivyotokea baina yangu na baba yangu. Sasa ni juu yako kumtekelezea au kutomtekelezea ombi lake la pili."

"La, la," alijibu yule jini, "nafurahi kuwa Sultani wa Bara Hindi anajua kuwa unanipenda; nami nitamridhisha kwa kumtekelezea kila ushauri atakaopewa na yule ajuza mchawi (kwani naona anauthamini sana na kuufuata!). Hataona kosa lolote kwako wala kwangu. Lakini sina budi kukuambia kuwa, kuna uovu mwingi katika ombi hili la pili kama utakavyoona nitakapokuambia.

Chemchem ya Simba iko katikati ya uwanja mkuwa wa kasri na mlango wake unalindwa na simba wanne wakali, wanaoshika doria. Wawili wakilala, wawili huwa macho. Lakini hilo lisikutishe; nitakupatia njia ya kuwapita bila hatari yoyote."

Wakati huo Pari Banu alikuwa akishona kitambaa kwa kutumia sindano na uzi; na kwa kuwa alikuwa na mabonge machache ya uzi, alilichukua bonge moja, akamkabidhi Ahmed, akamwambia, "Kwanza chukua bonge hili la uzi na nitakuambia matumizi yake. Pili, ni lazima uwe na farasi wawili, mmoja utapanda, wa pili atabeba kondoo aliyechinjwa na aliyegawanywa sehemu nne, na utakayemwongoza. Kondoo huyo achinjwe leo. Tatu, nitakupa chupa ya kuletea hayo maji. Itakubidi uondoke kesho asubuhi, na utakapopita lango la chuma, litupe hilo bonge la uzi litakalobingiria mpaka litakapokufikisha kwenye lango la kasri hilo. Ufuate huo uzi, na utakaposimama, wakati lango litakapofunguka, utaona simba wanne; wawili watakuwa macho. Kwa kuunguruma kwao, watawaamsha wale wawili waliolala. Usiogope, mtupie kila mmoja sehemu ya huyo kondoo. Wakati wakila, endelea mpaka kwenye chemchem utakayoiona. Jaza chupa bila kushuka, halafu rudi. Wale simba watakuwa bado wakijishughulia kula, watakuacha upite."

Chemchem Ikilindwa na Simba

Asubuhi ya pili, Ahmed aliondoka wakati ule aliopangiwa, akafuata njia aliyoelekezwa na mke wake. Alipofika kwenye lango la kasri, aliwatupia wale simba zile sehemu nne za yule kondoo, akawapita bila matatizo yoyote, akafika kwenye ile chemchem, akaijaza chupa yake, akatoka mle salama salimina.

Alipofika mbali kidogo na lile lango, aligeuka nyuma, akashangaa kuona wawili wa wale simba wakimwandama! Alifuta upanga wake akijitayarisha kujihami. Lakini kadiri alivyoendelea mbele, ndivyo alivyoona mmoja wa wale simba akitoka barabarani kwa mbali kidogo, akamkaribia, akaonyesha dalili ya kuwa hakudhamiria kumdhuru bali kumtangulia na kumwongoza, wakati yule wa pili akifuata nyuma.

Ahmed aliurudisha upanga wake alani, akaendelea huku akilindwa na wale simba wawili mpaka alipowasili katika makao makuu ya ufalme wa baba yake. Wale simba hawakutengana naye mpaka alipofika kwenye lango la kasri la Sultani; ndipo waliporudia njia ileile waliyoijia huku wakazi wa lile jiji wakitishika na kutimkia kila upande kuwaepuka wakati wale simba wakipita taratibu bila woga wowote mpaka wakatoweka.

Wakuu wengi wa serikali walikwenda kumlaki Ahmed, wakamsindikiza mpaka kwa baba yake ambaye, wakati huo, alikuwa akiongea na wale vipenzi wake. Ahmed alielekea moja kwa moja mpaka kwenye kiti cha enzi, akaiweka ile chupa ya maji miguuni pa Sultani, akalibusu busati lililokuwa chini, akanyanyuka, akasema, "Seyyid yangu, nimekuletea yale maji uliyoyataka ili uyaweke katika hazina yako. Lakini kwa wakati huo huo, nakutakia siha njema nikitumaini hutahitaji matumizi ya maji haya."

Alipokwisha mtakia baba yake afya njema, Sultani alimkalisha upande wake wa kulia, akamwambia, "Mwanangu, nakushukuru sana kwa zawadi hii *adhimu,* adimu na kwa kuhatarisha maisha yako kwa ajili yangu kama nilivyoarifiwa na ajuza mchawi, ajuaye hiyo Chemchem ya Simba. Hebu nieleze," aliendelea Sultani, "ni kipaji gani cha nguvu ulichonacho?"

Ahmed Akisindikizwa na Wale Simba

"Seyyid yangu," alijibu Ahmed, "mimi sina nguvu au kipaji cha aina yoyote kama unavyodhania. Sifa zote zimwendee mke wangu jini nifuataye amri na ushauri wake." Hapo akamwarifu yote yale aliyoshauriwa na mkewe na jinsi alivyoufuata ushauri wake.

Alipomaliza kusimulia, Sultani alionyesha uso wa furaha lakini kwa ndani alikuwa na wivu. Aliondoka pale akaelekea ndani kushauriana tena na yule ajuza mchawi aliyekwenda kuitwa.

Yule ajuza alipowasili, hakutaka kusikiliza mafanikio ya Ahmed kutoka kwa Sultani, kwani alikwisha jua. Kwa hiyo, alikuwa tayari na mapya. Alimshauri wakati wanamajlis yake wakiwa hadhirina, halafu Sultan alirudi, akamwambia Ahmed, "Mwanangu, kuna jambo moja la mwisho nalitaka kwako; baada ya hilo, sitadai wala sitaomba chochote kutoka kwako wala kwa mkeo.

Jambo la mwisho nilitakalo ni kuniletea mtu aliyekuwa na urefu wa futi moja, mwenye ndevu ndefu za futi thelathini, abebaye mabegani mtarimbo wa chuma wenye uzito wa ratli elfu saba, autumiao kama silaha, na awezaye kusema."

Ahmed bin Sultani, ambaye hakuamini kuna mtu wa namna hiyo duniani, alimweleza baba yake; lakini Sultani alisisitiza kuwa yuko na mkewe ana kipaji na uwezo wa kumpatia mtu huyo.

Siku ya pili Ahmed alirejea kwenye ufalme wa Pari Banu, akamsimulia tena madai ya baba yake ambayo, alisema, ni jambo lisilowezekana kuliko yale madai yake ya awali, kwani, aliongeza, "Siwezi kuamini kuna au inawezekana kuweko kwa mtu wa namna hii katika dunia.

"Bila shaka," aliongeza Ahmed, "baba yangu anajaribu kuona upumbavu wangu wa kumtafuta mtu kama huyo. Na kama yuko, Sultani ananitakia maangamizi yangu. Kifupi ni kwamba, tunawezaje kukisia kuwa nitaweza kumshika mkononi mtu mdogo kama huyo aliyemtaka? Kama kuna njia yoyote, tafadhali niambie nijiepushe na chuki za baba yangu."

"Usijitie wasiwasi, bin Sultani," alijibu mke wake. "Ulihatarisha maisha yako wakati wa kumtafutia baba yako yale maji ya Chemchem ya Simba. Nakuhakikishia kuwa hakuna hatari ya kumpata mtu wa namna hiyo aliyemtaka babiyo, kwani mtu huyo ni kaka yangu aitwaye Shaibar, asiyefanana nami ingawa baba yetu ni mmoja. Yeye ni mtu mwenye hasira sana, na hakuna kitu chochote kiwezacho kumzuia asimdhuru yeyote anayemdharau au anayemwudhi. Lakini, kwa upande mwingine, ni mwema wa kumtimizia mtu chochote akitakacho. Yeye ana umbo kama vile alivyoeleza babiyo, na hana silaha yoyote isipokuwa huo mtarimbo wenye uzito usiopungua ratli elfu saba ambao hatengani nao popote aendako. Ndio umfanyao aheshimiwe na aogopwe. Nitamwita na wewe mwenye utathibitisha hayo niliyoyasema. Lakini jitayarishe usije ukatishika kwa hilo umbo lake lisilokuwa la kawaida!"

"Ewe malkia wangu," alijibu Ahmed, "unataka kuniambia kuwa Shaibar ni kaka yako? Hata akiwa ana umbo gani, au ana kilema gani, licha ya kutishika, nitampenda na kumheshimu, na kumthamini na kumfikiria kuwa ni shemeji yangu!"

Shaibar na Mtarimbo Wake

Yule jini aliagiza aletewe bakuli kubwa la dhahabu lilikuwa na moto, na kisanduku cha dhahabu vilevile, vyote hivyo viwekwe nje barazani. Halafu alitia mkono mle kisandukuni, akatoa namna ya ubani, akaumwaga mle motoni, mkazuka moshi mnene. Baada ya muda, Pari Banu alimwambia Ahmed, "Bin Sultani, kaka yangu YULE anakuja; unamwona?"

Ahmed alimwona Shaibar aliyekuwa na urefu wa futi moja na nusu, akija huku amebeba begani mtarimbo mzito. Ndevu zake ndefu na masharubu yake nusura yazibe masikio na macho yake! Alikuwa na macho madogo kama ya nguruwe. Kichwa chake kikubwa kilichodidimia mabegani kilikuwa na kofia. Zaidi ya yote haya, alikuwa na kibyongo.

Kama asingejua kuwa Shaibar ni kaka yake Pari Banu, Ahmed angemwogopa; lakini kumjua ni nani, alimsubiri pamoja na mke wake mpaka alipowafikia, akampokea kwa heshima bila tatizo lolote.

Shaibar, alipokuwa akiwajia, alimwangalia Ahmed kwa macho makali ya kutisha, akamwuliza Pari Banu, yule mwanamume alikuwa ni nani.

"Ni mume wangu, kaka," alijibu Pari Banu, "na jina lake ni Ahmed; ni mwana Sultani wa Bara Hindi."

Baada ya kusabahiana, Pari Banu aliongeza, "Sababu ya kutokukualika kwenye arusi yangu, sikutaka kukusumbua kutoka katika shughuli za safari ulizokuwa nazo, na nilizosikia umefanikiwa nazo. Na sasa, kwa ajili ya mume wangu, nimekuita."

Kwa kauli hii, Shaibar alimwangalia Ahmed kwa macho ya huruma ingawa yalionyesha hasira, akasema, "Je, dada, kuna jambo lolote analotaka mumeo nimtimizie? Kama analo, alitamke mara moja nami nitamtekelezea kwa sababu ni mumeo."

"Sultani, baba yake," alijibu Pari Banu, "ana shauku ya kukuona, na mume wangu anaweza kukuongoza mpaka huko."

"Aongoze njia nami nitamfuata nyuma," alijibu Shaibar.

"Kaka,"aliongeza Pari Banu, "leo mmekwisha chelewa; baki hapa mpaka kesho ili leo jioni nikutaarifu yaliyopita baina ya Sultani wa Bara Hindi na Ahmed, toka kuoana kwetu."

Asubuhi ya pili, baada ya Shaibar kuarifiwa yote yale yaliyompasa kuyajua, aliondoka na Ahmed kwenda kujulishwa kwa Sultani wa Bara Hindi.

Walipowasili kwenye lango la jiji, na watu walipomwona Shaibar, walitimka kwenda kujificha madukani na majumbani mwao wakifunga milango na madirisha, wakati wale waliokuwa mabarabarani walitoweka kwa woga wakiambiana kioja walichokishuhudia!

Shaibar na Ahmed waliona barabara zote zikiwa tupu mpaka walipowasili kwenye kasri la Sultani. Walinzi walipomwona Shaibar, badala ya kumzuia asiingie ndani, walikimbia pia!

Ahmed bin Sultani na Shaibar waliingia ndani bila tatizo lolote mpaka kwenye ukumbi wa majlisi ambako walimwona Sultani amekaa kwenye kiti chake cha enzi, akiongea na wanamajlis wake. Yeye na viongozi na wakuu wake, walipomwona Shaibar, waliacha yale waliyokuwa wakiyafanya.

Shaibar alinyoosha kichwa juu kwa ukali, akaelekea moja kwa moja mpaka kwenye kiti cha enzi, na bila kusubiri kujulishwa na Ahmed kwa Sultani, alimkazia macho Sultani, akamwambia kwa ukali, "Umenitaka; haya; nimekuja, nione na niambie ulinitakia nini!"

Sultani, badala ya kumjibu, alipiga makofi machoni pake, akageuza kichwa kwa ujeuri, na kwa madharau ya kujiepusha na ile sura ya kutisha ya Shaibar.

Kitendo hiki kisichokuwa cha kistaarabu, kilimkasirisha sana Shaibar baada ya kumwacha atoke mbali kote kule alikotoka!

Kwa hasira alizokuwa nazo, Shaibar aliunyanyua ule mtarimbo wake wa chuma aliokuwa nao, akafoka, "Sema ulilonitiia!" akampiga nalo Sultani kichwani, akamwua palepale kabla Ahmed hajaingilia kati!

Aliloweza kulifanya Ahmed ilikuwa ni kumzuia asimwue Waziri Mkuu aliyeketi mkono wake wa kulia, si mbali na Sultani, na aliyekuwa mshauri mkubwa wa baba yake.

"Hawa," aliongeza Shaibar akimaanisha wale vipenzi wa sultani, "ndio waliokuwa wakimshauri vibaya Sultani!" Wakati akitamka maneno hayo, alitumia mtarimbo wake, akawaua Mwaziri wote waliokuwa kulia na kushoto, waliokuwa vipenzi wa Sultani, na waliokuwa maadui wa Ahmed. Hakuna hata mmoja aliyeokoka!

Shaibar Akimwua Sultani

Kitendo hiki cha kikatili kilipokamilika, Shaibar alitoka mle ukumbini huku amebeba begani ule mtarimbo wake, akimkazia macho Waziri Mkuu aliyeokoka kutokana na ombi la Ahmed, akamwambia, "Najua hapa pana ajuza mchawi aliye adui mkubwa wa shemeji yangu Ahmed bin Sultani. Aletwe hapa mbele yangu mara moja!"

Mara ileile Waziri Mkuu alitoa amri, na alipoletwa, Shaibar, alimponda yule ajuza kwa ule mtarimbo wake, akitamka, "Pokea zawadi unayostahili kwa ushauri wako mwovu!" akamwacha amekata roho pale!

Alipokwisha, Shaibar alitamka kwa ukali, "Haya niliyoyatenda hayatoshi; nitalitenda jiji zima yale niliyowatenda wale waovu kama mara hii hii raia hawatamkubali shemeji yangu Ahmed bin Sultan kuwa Sultani wao!"

Wote wale waliokuwa hadhirina, kwa kauli moja walipaza sauti, "Seyyid yetu Sultani Ahmed aishi umri mrefu!"

Mara ileile habari zilienea kote, na Shaibar akamvisha Ahmed lebasi ya kifalme, akamkalisha kwenye kiti cha enzi. Na baada ya kuwaapisha wote waliokuwa hadhirina wamtii Sultani wao mpya, Shaibar alirudi naye kwa dada yake Pari Banu kwa shangwe kubwa, akamfanya dada yake awe Sultana wa Bara Hindi.

Mitaarafu Ali bin Sultani na binti Mfalme Nura-Nahaar, kwa kuwa wao hawakuhusika na yote yaliyojiri, Ahmed aliwapa mkoa mmoja mkubwa wenye makao makuu wakatawale, wakaishi huko raha mustarehe. Halafu alituma watu wakamwite kaka yao Hussein bin Sultan, akamwarifu yote yale yaliyojiri na mabadiliko yaliyotokea, na kumpendekezea naye atawale mkoa yoyote aupendao. Lakini kaka yake aliridhika na yale maisha aliyokuwa akiyaishi. Hata hivyo, alimshukuru mdogo wake kwa kumtakia mema, akaomba aachwe aishi yale maisha yake ya kiwalii aliyoridhika nayo.

* * *

Shahrazad alipomaliza kusimulia kisa hiki cha kusisimua cha Ahmed bin Sultani na Pari Banu, Dunyazad, kama kawaida yake, alimsifu sana dada yake kwa masimulizi yake, na Shahrazad alimwambia kuwa yuko tayari kuwasimulia kisa kingine kizuri zaidi kama Sultani atampa idhini. Bila kusita, Sultani alikubali na Shahrazad, kwanza, aliwasimulia:

Kisa cha Wanyama Mwitu, Ndege, na Binadamu

Tausi wawili, jike na dume, alianza Shahrazad, walikuwa wakiishi karibu na bahari, mahali palipojaa miti, mimea, na maji tele lakini palipokuwa na wanyama mwitu wengine wengi wakiwemo simba. Kwa kuwaogopa wanyama wote hao, wale tausi wawili usiku walilala juu ya miti mikubwa mirefu, na mchana walishuka chini kujitafutia riziki yao.

Waliendelea kuishi hivyo mpaka woga wao wa kuwaogopa wale wanyama wakali ulipowazidi, wakatafuta mahali pengine salama, wakaona kisiwa kimoja kilichojaa mimea na miti mingi ya matunda na palipokuwa na chemchem ya maji safi. Walihamia huko, wakaishi bila woga wowote.

Siku moja, wakati wakiwa juu ya mti, kwa mbali walimwona bata akiwajia kasi huku akitetemeka kwa woga, akatua pale mtini walipokuwa, huku akihema.

Yule tausi dume alipomwona ile hali aliyokuwa nayo yule bata, alijua kuwa bila shaka ana jambo lililomhemesha vile; akamwuliza kilichokuwa kikimtia woga vile. Yule bata alijibu, "Nilicho nacho ni woga wa kumwogopa binadamu! Jihadharini naye; narudia: jihadharini naye sana!"

"Usiogope," alimhakikishia yule tausi, "kwa kufika hapa kwetu."

"Mwenyezi Mungu Aliyenifikisha hapa kwenu salama salimini na kuwa karibu nanyi, Asifiwe!" alitamka yule bata kwa shukrani nyingi.

Yule tausi jike alimkaribia, akamkaribisha yule bata kwa kumwambia, "Karibu sana, dada! Usiwe na khofu yoyote, hapa hutapatikana na lolote. Mwanadamu atatufikiaje hapa ilhali tunaishi katika kisiwa kilichoko katikati ya bahari? Hawezi kutufikia kutoka nchi kavu aliko, ambako ni mbali na hapa tulipo. Kwa hiyo, tuliza roho yako na utuambie masaibu yaliyokupata."

"Nisikilize basi nikuambie, ewe dada yangu tausi," alijibu yule bata. "Katika maisha yangu yote niliishi katika kisiwa hiki kwa amani, kwa utulivu, na kwa usalama bila kuona lolote la kutisha mpaka usiku mmoja wakati nilipolala. Katika ndoto niliyoota usiku huo, kiumbe aliyefanana na binadamu aliongea nami, lakini mara nilisikia sauti nyingine ikinionya, ikiniambia, 'Ewe bata, jihadhari na huyo binadamu; usidanganyike na kauli yake, kwani ni mjanja na mdanganyifu. Kama alivyosema mshairi mmoja: 'kwa mdomo, anakupa maneno matatu kama asali, kumbe anakughilibu kama mbweha!'

Kumbuka kuwa binadamu huwadanganya hata samaki majini akawanasa, akawavua. Vilevile huwapiga ndege kwa fyata; na, kwa ujanja wake mwingi, huwategea mtego hata tembo wakubwa. Hakuna asalimikaye mikononi mwa kiumbe binadamu, si mnyama wala si ndege. Hayo ndiyo niliyoyasikia na niliyotaka kukuambia mintaarafu binadamu.'

Niliamka usingizini nikitetemeka kwa khofu (aliendelea yule bata), na kutoka wakati huo mpaka sasa, moyo wangu haujanitua wala sijapata furaha kwa kumwogopa binadamu asije akanivamia ghafla kwa ujanja wake akaniangamiza. Ndiyo maana nimekata shauri kumkimbia.

Basi baada ya kifunguakinywa, nilitembea mpaka nikafika kwenye mlima ule kule, nikamwona mtoto wa simba penye mlango wa pango. Aliponiona, alifurahi sana, kwani rangi yangu ilimvutia, akaniita, nikamwendea, akaniuliza, 'Wewe ni nani na jina lako nani?' Nilimjibu kuwa mimi naitwa bata, nami ni aina ya ndege; lakini na wewe unafanya nini hapa?'

'Baba yangu ni simba,' alinijibu, 'aliyenionya nijihadhari na binadamu, kwani usiku, katika ndoto yangu, niliona kiumbe kama yeye.'

Aliendelea kunieleza juu ya binadamu kama vile nilivyokueleza. Niliposikia hayo, nilimwambia, 'Ewe simba, nimekuja kujisalimisha kwako ili umwue binadamu, kwani namwogopa sana na wewe ndiye Mfalme wa wanyama pori.'

Basi, dada yangu, niliendelea kumwonya na kumsihi yule simba amwue binadamu mpaka akanyanyuka, akatoka kwa hasira akitingisha mkia wake. Aliondoka kwenda kumtafuta binadamu nami nikimfuata nyuma. Tulipofika njia panda, tukaona vumbi kubwa linatujia. Lilipotua, tulimwona punda akija mbio huku amejaa mavumbi, akitweta.

Simba alipomwona, alimwita, akamwuliza yeye ni mnyama gani na ni kitu gani kilichokuwa kikimkimbiza vile. 'Ewe Mwana

Mfalme,' alijibu yule punda, 'mimi ni punda, na sababu zilizokuwa zikinikimbiza mpaka nikafika hapa, ni kumkimbia binadamu.'

'Unamwogopa binadamu kwa sababu atakuua?' aliuliza yule mwana wa simba.

'Hapana, ewe Mwana wa Mfalme,' alijibu punda. 'Namkimbia kwa sababu namwogopa asije akanidanganya, akanikamata, kwani ana kitu kinachoitwa tandiko, na kingine kinachoitwa mkanda anaoufunga kiunoni mwangu, na hatamu anayoitia kinywani mwangu; vyote hivyo ni vya kunibebesha mizigo mizito na kunifanya nikimbie mbio zaidi kuliko uwezo wangu. Nikijikwaa, hunilaani; na nikilia, hunitandika. Ninapozeeka na kushindwa kumhudumia, huniuza kwa wateka maji wanibebeshao madebe au mitungi mizito ya maji kutoka mtoni au kisimani mpaka nikadhoofika na kufa. Hapo huutupa mzoga wangu jaani kuliwa na majibwa. Haya niambie, dada yangu, ni mateso gani yapitayo hayo?'

Niliposikia kauli ya yule punda, nilitetemeka zaidi kwa kujua jinsi binadamu alivyo, nikamwambia yule mwana wa simba, 'Ewe bwana wetu mkubwa, punda ana sababu, na kauli yake na kutishika kwake kumeniongezea mimi sasa kitisho zaidi.'

Hapo mwana wa simba alimwuliza yule punda, 'Sasa unaelekea wapi?'

'Kabla hakujakucha,' alijibu yule punda, 'nilimwona binadamu kwa mbali, nikamkimbia; na sasa nitaendelea kukimbia bila kusimama mpaka nitakapopata mahali asipoweza kufika.'

Wakati akijitayarisha kuondoka, mara kukaonekana tena wingu la vumbi. Yule punda alipoona vile, alilia, akaondoka haraka, akatoweka.

Lile wingu lilipotua, alionekana farasi mzuri mwenye miguu mieupe akitujia mbio huku akilia. Alipotufikia, mwana wa simba alimwuliza yeye ni nani na ni nini kilichokuwa kikimkimbiza vile .

Tukaona Farasi Mweupe Akitujia Mbio

'Ewe Mfalme wa hayawani,' alijibu farasi, 'mimi ni farasi, na namkimbia binadamu.'

Mwana wa simba alistaajabu, akamwambia, 'Usiseme hivyo; ni aibu kwa kiumbe mkubwa mwenye nguvu kama wewe! Imekuwaje unamwogopa binadamu wakati wewe ni mkubwa hivyo na mwenye wepesi wa kukimbia mbio, ilhali mimi, mwenye umbo dogo hivi unavyoniona, nimekata shauri kumtafuta binadamu na kumla ili nimlipie kisasi maskini huyu bata apate kuishi kwa amani bila khofu yoyote? Hata hivyo, kauli yako imenifanya sasa nibadili nia ya lile nililolidhamiria kwa sababu, licha ya kuwa na umbo kubwa hivyo, bado naona unamwogopa binadamu ingawa ungeweza kumpiga teke moja na kumwulia mbali!'

Yule farasi aliposikia kauli ya yule mwana wa simba, alicheka, akamjibu, 'Ewe Mfalme wa hayawani, usidanganyike na urefu na upana wangu wala na ukubwa wangu wakati binadamu anapohusika. Kwa ajili ya ujanja wake, binadamu ametengeneza vitu mbalimbali vya kunifungia mpaka nikamfanyia kila alitakalo. Na anapokusudia kunipanda, hukanyaga vipandio vya chuma anifungavyo navyo, akakaa mgongoni pangu kwenye tandiko alilonitandika mgongoni alilolifunga imara kwa mikanda aliyonizungushia. Akisha nipanda, hushika kitu anachokiita hatamu vyote hivyo ni vitu alivyonifunga navyo na kuniongoza apendako. Wakati mwingine hunichoma kwa vyuma vikali alivyovifunga kwenye viatu vyake na kunifanya niende mbio. Huwezi kuamini jinsi ninavyoadhibika mikononi mwa binadamu! Isitoshe, ninapozeeka na kushindwa kukimbia vile atakavyo, huniuza kwa wasaga nafaka wanifanyao usiku na mchana nizungushe mawe mazito ya kusagia nafaka mpaka nikadhoofika. Huyo naye, akiniona sina nguvu tena, huniuza kwa wachinjaji wauzao ngozi yangu; na wengine hata huila nyama yangu!'

Mwana wa simba aliposikia malalamiko ya farasi, hasira zake ziliongezeka, akamwambia yule farasi, 'Ni lini umemkimbia binadamu?'

'Leo mchana,' alijibu farasi, akiongeza, 'na sasa, bila shaka, ananiandama akifuata nyanyo zangu!'

Wakati mwana wa simba akiongea vile na farasi, mara wingu zito jingine la vumbi lilionekana! Lilipotua, alionekana ngamia mwenye hasira akiwakabili, huku akilia na kutimua vumbi kwa miguu yake mirefu.

Mwana wa simba alipoona ukubwa wake, alifikiri huyo labda ndiye binadamu; nusura amrukie amrarue wakati nilipomwambia, 'Bin Mfalme, huyo si binadamu bali ni ngamia anayeonekana akimkimbia binadamu pia!'

Wakati nikisema hivyo, ewe dada yangu tausi, yule ngamia alitufikia, akamsalimu mwana wa simba aliyemwitikia, akamwuliza kilichomleta pale. Ngamia alijibu, 'Namkimbia binadamu.'

'Imekuwaje,' aliuliza mwana wa simba, 'na wewe mwenye kiwiliwili kikubwa hivyo unamkimbia binadamu ilhali unaweza kumwua kwa teke moja tu la mguu wako?'

'Ewe Mwana Mfalme,' alijibu ngamia, 'jua kuwa binadamu ana ujanja usioweza kuepukwa isipokuwa kwa kifo tu. Yeye, kwa mfano, hunitoboa mimi pua na kunitia namna ya chuma kama pete, na kichwani hunizungushia kamba maalumu, halafu huitundika kwenye ile pete; na huongozwa hata na watoto wake wadogo kwa kuivuta hiyo kamba iniumizayo vibaya pua na nisiyoweza kuihimili ingawa nina ukubwa huu unaoniona nao. Isitoshe, hunipakia mizigo mizito, hunisafirisha masafa marefu jangwani – usiku na mchana – bila kupumzika. Ninapodhoofika na kuwa mzee, hunichinja na kuiuza ngozi yangu, na nyama yangu. Kwa hiyo, usiniulize jinsi ninavyoteseka mikononi mwa binadamu!'

'Ni lini ulimwona binadamu kwa mara ya mwisho?' aliuliza mwana wa simba.

'Leo alfajiri,' alijibu ngamia, 'na sina shaka, baada ya kunikosa, hivi sasa ananitafuta. Hivyo basi, ewe Mwana wa Mfalme, niache nitoweke jangwani asikoweza kunifuata!'

'Ngoja, ewe ngamia,' alitamka mwana wa simba, 'uone jinsi nitakavyomrarua na kuila nyama yake huyo binadamu mnayemwogopa hivyo. Nitainywa damu yake na kuitafuna mifupa yake!'

'Ewe Mwana wa Mfalme,' alisema ngamia kwa furaha, 'hata hivyo nakuogopea, kwani binadamu ni mjanja na mdanganyifu kuliko vile unavyofikiria.'

Wakati ngamia akieleza vile, mara waliona tena wingu la vumbi. Lilipotua, walimwona mzee mmoja mwanadamu, begani amebeba kikabu cha zana za useremala, na mbao nne kichwani. Alikuwa akichapua hatua mpaka alipotufikia.

Nilipomwona, ewe dada yangu, nilizirai palepale kwa woga; lakini yule mwana wa simba alimwendea, akamkabili yule seremala aliyekuwa akimchekea, akasema kwa kauli tamu ya unyenyekevu, 'Ewe Mfalme mtukufu, mkuu wa hayawani, mwenye nguvu, Mwenyezi Mungu Akuongezee nguvu na Akupe umri mrefu! Tafadhali, nakusihi, nilinde dhidi ya maafa yanayonikabili!' aliyatamka hayo wakati akilia na kuomboleza kwa huzuni.

Mwana wa simba alipoona jinsi yule kiumbe alivyokuwa akilia, alimfaraji kwa kumwambia, 'Usiogope; nitakulinda dhidi ya unachokikimbia; lakini je ni nani aliyekukosea, na wewe ni mnyama gani ambaye bado sijawahi kukuona lakini mwenye ulimi mtamu hivyo?'

'Ewe Mfalme wa hayawani,' alijibu yule mtu, 'mimi ni seremala; na aliyenikosea ni binadamu; na bila shaka, baada ya muda mfupi, atafika hapa.'

Mwana wa simba aliposikia vile, sura ilimbadilika usoni, akanguruma, na macho yakaanza kumng'ara kwa hasira, akaapa kwa kufoka, 'Wallahi, leo usiku kucha nitashika doria hapa mpaka asubuhi, wala sitarejea kwa baba yangu mpaka nitakapotimiza kusudio langu. Lakini wewe,' aliendelea mwana simba, akimwambia yule seremala, 'naona umechoka; hebu niambie unakoelekea.'

'Jua,' alijibu seremala, 'kuwa naelekea kwa Waziri wa baba yako, kwani niliposikia binadamu ameshaingia katika nchi hii, nimeona ni kheri nikamjengee nyumba anamoweza kujisalimisha dhidi ya huyo binadamu, adui yake, asije akamdhuru.'

Mwana wa simba aliposikia maneno yale, alimwonea wivu Waziri wa baba yake, akamwambia seremala, 'Kwanza nijengee mimi hiyo nyumba kwa hizo mbao ulizo nazo kabla ya Waziri! Utakaponimalizia mimi, ndipo uende ukamjengee Waziri.'

'Ewe Mfalme wa hayawani,' alijibu seremala, 'siwezi kukujengea wewe kabla sijamjengea Waziri Mkuu. Nitakapommalizia, nitarudi na kuja kukujengea wewe nyumba ya kujihami dhidi ya adui zako.'

'Wallahi!' alinguruma mwana simba, 'sitakuacha uende mpaka utakaponijengea mimi kwanza!'

Alipotamka maneno hayo, alimrukia seremela kwa kumtisha, na wakati akifanya hivyo, alimpiga seremala kibao kidogo kilichomwangusha yeye na kile kikapu chake alichokibeba begani, akaona kizunguzungu! Hapo mwana simba aliangua kicheko, akasema, 'Amma kusema kweli, wewe ni dhaifu usiye na nguvu yoyote; si ajabu unamwogopa binadamu hivyo!'

Simba Akimtisha Seremala

Kitendo hiki kilimkasirisha sana seremala lakini, kwa ajili ya kumwogopa yule simba, alitabasamu, akasema, 'Basi nitakujengea wewe kwanza.'

Alichukua zile mbao, akaziunganisha pamoja, akatengeneza namna ya sanduku kufuatana na kipimo cha yule simba, upande mmoja akiuacha wazi kama mlango. Alipomaliza, alichukua misumari na nyundo, akamwambia mwana wa simba, 'Haya; ingia ndani kupitia sehemu hii iliyo wazi, niweke kipimo sawa.'

Mwana wa simba alifurahi, akaingia ndani ya lile sanduku, akaona amebanwa. Seremela akamwambia, 'Inama usogee mbele.'

Mwana wa simba alipoingia ndani zaidi kwa kuinama na kutumia nguvu, mkia wake ukawa bado uko nje. Alikuwa tayari kurudi nyuma na kutoka wakati seremala alipomwambia, 'Ngoja kidogo nitazame kama kuna nafasi ya mkia wako.' Aliposema hivyo, aliukunja ule mkia, akausukuma ndani, akabandika ule mlango, akaupigilia misumari!

'Hii ni nyumba ya namna gani?' alipiga kelele mwana wa simba kutaka kujua. 'Nifungulie!' Lakini seremala alicheka, akamjibu, 'Mungu Apishe mbali! Majuto hayasaidii yaliyopita! Na wewe hutatoka humo ndani, kwani umeingia katika mtego usiotokeka, ewe mnyama mwovu wa mwituni!'

'Ewe ndugu yangu,' alitamka mwana simba, 'hayo ni maneno gani?'

'Jua, *kelbu* wa mwituni we,' alijibu yule seremala, 'kuwa umeingia katika mtego uliokuwa ukiuogopa; majaliwa yamekuangukia na kukuangamiza!'

Mwana wa simba aliposikia kauli ile, alitambua kuwa yule ndiye *hasa* binadamu aliyeonywa na baba yake ajihadhari naye. Na ile sauti ngeni niliyoisikia na mimi usingizini, dada yangu, ilinithibitishia kuwa yule ndiye hasa binadamu!

Nilipoona vile, nilitengana naye mbali kuona atakalomfanya yule mwana wa simba. Yule binadamu alichimba shimo kubwa, akalitia lile sanduku mle ndani, akaweka juu yake nyasi kavu, akamchoma yule mwana wa simba! Nilipoona vile, woga wangu wa kumwogopa binadamu uliongezeka maradufu! Mbio zangu za siku mbili ndizo zilizonifikisha hapa kwenu."

Yule tausi jike aliposikia kisa cha yule bata, alistaajabu sana, akamwambia, "Ewe dada yangu, hapa uko salama salimini, kwani tuko kwenye kisiwa kilicho katikati ya bahari kuu, ambako binadamu hawezi kutufikia. Kwa hiyo, tuliza roho yako ubaki nasi hapa mpaka majaliwa ya Mwenyezi Mungu."

"Dada yangu," alitamka bata, "naogopa usiku nisije nikapatikana na janga fulani, kwani kukimbia kwangu kote hakuwezi kumzuia binadamu."

“Baki nasi,” alisisitiza tausi, “utajaaliwa yale tutakayojaaliwa sisi.” Ndipo yule bata alipotamka, “Dada yangu, nimekueleza jinsi ninavyomwogopa binadamu. Kama nisingewaona nyinyi hapa, nisingebaki bali na mimi ningetoweka!”

“Liandikwalo na Mola ndilo liwalo,” alisema tausi. “Hatuna budi kuendelea na maisha; siku yetu tuliyoandikiwa itakapowadia, hakuna awezaye kuokoa; na kila mmoja hutimiza yale aliyoandikiwa na Mola kabla siku zake hazijakamilika.”

Wakati wakiongea vile, kulitokea wingu la vumbi lililomshtua na kumtisha yule bata, akapiga mayowe kwa sauti ya juu na kukimbilia baharini, akipaza sauti, “Jihadharini! Jihadharini! Ingawa tuliyoandikiwa hayaokoki!”

Baada ya muda, lile vumbi lilitua, wakamwona paa. Yule tausi na bata roho ziliwatua, tausi akamwambia mwenzake, “Dada yangu, unaona! Ulikuwa ukinitisha bure kumbe alikuwa ni paa tu aliyekuwa akitujia! Yeye hawezi kutudhuru, kwani paa hula majani, na kwa kuwa wewe ni namna ya ndege, yeye ni namna ya mnyama mwitu asiyekula nyama.”

Kabla hawajamaliza maneno, yule paa aliwafikia akiwa na madhumuni ya kupumzika pale penye kivuli cha ule mti; na alipowaona wale ndege wawili, aliwaamkia, akisema, “Nimewasili kwenye kisiwa hiki leo, na kusema kweli bado sijaona mahali penye majani na mimea mingi mizuri kama hapa!” Akawaomba abaki nao kama rafiki yao, na wao walipoona ile tabia yake nzuri, walimkubali kwa furaha.

Basi waliapiana kuwa marafiki wa *daima dawamu* wakishirikiana kwa kila namna, wakaishi pamoja kwa furaha mpaka siku moja merikebu moja ilipowasili pale kisiwani, ikatia nanga karibu yao, na mabaharia wakashuka!

Walipowaona wale wanyama watatu, mabaharia waliwakimbilia lakini tausi aliruka akajificha mitini, na yule paa alikimbilia upande mwingine. Lakini maskini bata, aliyeingiwa na kiwewe kwa woga, alikamatwa, wakamchukua merikebuni huku akiwapigia kelele wenzake, “Kule kujihadhari kwangu kote hakukunisaidia dhidi ya majaaliwa ya Mungu!”

Yule tausi alipoona masaibu yaliyompata mwenzake bata, alishuka mtini alikojificha, akasema, "Naona kuwa lililoandikwa na Mola ndilo limsubirilo kila mmoja wetu. Imeandikwa mwenzangu achukuliwe na mabaharia wa ile merikebu kuliko sisi. Kusema kweli, alikuwa mwenzi mwema!"

Tausi aliruka, akajiunga na yule paa aliyefurahi kumwona mwenzake amesalimika, akataka kujua lililompata mwenzao bata. Tausi alimjibu, "Binadamu amemkamata na kumchukua; kwa hiyo, na mimi, toka sasa, sipendi tena kukaa katika kisiwa hiki baada ya yale yaliyomsibu mwenzangu." Hapo akaanza kumlilia mwenzake bata.

Kilio cha tausi kilimtia majonzi yule paa lakini alimsihi asiondoke, wabaki pamoja pale kisiwani. Basi wote walibaki, wakaishi pale kwa amani na kwa usalama. Lakini hawakuacha kumsikitikia na kumlilia mwenzao bata. Ndipo paa akamwambia tausi, "Unaona, dada yangu, jinsi wale binadamu walioshuka merikebuni walivyokuwa sababu ya kutengana kwetu na kuangamia kwa mwenzetu? Basi jihadhari na binadamu na hila zake na ujanja wake."

"Nina hakika," alijibu tausi, "kilichomponzea mwenzetu ni kule kutomwamini na kutomsifu Mwenyezi Mungu, kwani niliwahi kumwambia kuwa namwogopea kwa sababu hamwamini Mola; na yeyote asiyemjali Mola wake, huishia vibaya."

Paa aliposikia yale maneno ya tausi, alitamka, "Mwenyezi Mungu Akubariki, mwenzangu kwa kauli yako njema hiyo!"

Basi toka siku hiyo, paa alianza ibada aliyoendelea nayo mpaka mwisho wake!

Kisa cha Abu Mohammed Mvivu

Imesimuliwa kuwa siku moja wakati Khalifa Harun al-Rashid alipokuwa ameketi kwenye kiti chake cha enzi, alijiwa na mmoja wa matowashi wake aliyebeba taji ya dhahabu nyekundu iliyonakshiwa kwa lulu, yakuti, zumaridi, na johari nyingine tofauti, akamwonyesha Khalifa, akamwambia "Ewe Khalifa wa Waumini, *Seyyidatina* Zubeida anaibusu ardhi iliyo mguuni pako, na anakuambia, kama ujuavyo, aliamrisha atengenezewe taji hii. Imekwisha lakini imepungukiwa na johari moja kubwa kwa ajili ya kupambwa kwenye paji yake; na ameitafuta katika hazina yako lakini hakuweza kupata johari ya ukubwa anaotaka inayostahili kuwekwa kwenye paji ya taji yake hii."

Khalifa aliposikia vile, aliwaamrisha wafanyakazi wake wakatafute mjini johari anayoitaka Zubeida. Walikwenda lakini hawakuweza kuipata johari iliyotakikana. Walipomwambia Khalifa, alikasirika, akafoka, "Vipi! Mimi, Mfalme wa Wafalme duniani, nashindwa kupata johari hiyo anayoitaka Malkia wangu? Ole wenu! Nendeni mkatafute kwa wafanyabiashara wote wa Baghdad!"

Walikwenda lakini hawakufanikiwa, wakajibiwa na wafanyabiashara, "Seyyid yetu Khalifa wa Waumini, hawezi kuipata johari hiyo inayotakikana isipokuwa huko Basrah kwa tajiri mmoja ajulikanaye kwa jina la Abu Mohammed Mvivu."

Waliporudi na kumwarifu, Khalifa Harun al-Rashid alimwambia Waziri wake Ja'afar apeleke taarifa kwa Amir Mohammed al-Zubaydi, Mwakilishi wake wa Basrah, aende akamwamrishe Abu Mohammed Mvivu aje kwake bila kuchelewa.

Mara ileile Waziri aliandika barua, akamkabidhi towashi Masrur ambaye, bila kuchelewa, alielekea Basrah mpaka kwa Amir Mohammed al-Zubaydi aliyefurahi sana kupokea ule ugeni kutoka kwa Khalifa. Masrur alimsomea ile taarifa kutoka kwa Khalifa Harun al-Rashid, na Amir Mohammed al-Zubaydi alijibu, "Nimeisikia, na natii amri ya Khalifa."

Basi aliamrisha mtu ampeleke Masrur nyumbani kwa Abu Mohammed Mvivu. Walipofika, walibisha mlango, ukafunguliwa na mtumishi mmoja, Masrur akamwambia, "Kamwambie Seyyid yako kuwa, kuna mjumbe kutoka kwa Khalifa wa Waumini anayekuita."

Yule mtumishi aliingia ndani akamwambia tajiri wake, ambaye alitoka nje mara moja, akamkuta Masrur, mjumbe wa Khalifa Harun al-Rashid, pamoja na Mwakili wa Khalifa wa Basrah. Abu Mohammed Mvivu aliibusu ardhi mbele ya Masrur, akasema, "Nimesikia na natii amri ya Khalifa; lakini kwanza hebu ingia ndani, Seyyid yangu."

"Hatuwezi kufanya hivyo kwa sababu hatuna wakati," alijibu Masrur, "kwani tumeamrishwa na Khalifa wa Waumini anayesubiri kuwasili kwako bila kuchelewa!"

"Nawasihi," alitamka Abu Mohammed Mvivu, "muwe na subira nami kidogo mpaka nitakapopanga vizuri shughuli zangu."

Baada ya kubembelezwa na kuombwa sana, Masrur na wenzake waliingia ndani ya lile jumba, ambamo waliona mazulia ya hariri yaliyonakshiwa kwa nyuzi za zari na dhahabu yamejaa kila mahali. Hapo Abu Mohammed Mvivu alimwamrisha mmoja wa watumishi wake ampeleke Masrur kwenye hamamu faragha. Hamamu hiyo ilikuwa ndani ya lile jumba, na Masrur alijikuta amezungukwa na kuta na sakafu za marmaru adimu iliyonakshiwa kwa fedha na kwa dhahabu, na maji yake yalichanganywa kwa marashi ya waridi.

Alipokwisha ogeshwa, Masrur na wenzake walihudumiwa vizuri na kupatiwa majoho ya thamani yaliyonakshiwa kwa nyuzi za dhahabu. Na walipotoka katika ile hamamu, walipelekwa kwa Abu Mohammed Mvivu, wakamkuta ameketi kwenye kochi la fahari katika chumba chake. Juu yake kulining'inia mazulia yaliyofumwa kwa nyuzi za dhahabu, na yaliyonakshiwa kwa lulu na johari nyingine. Na pale alipoketi palikuwa na mito minene yenye foronya zilizofumwa kwa nyuzi za hariri na zari. Mwenyewe alikuwa ameketi kwa raha kwenye kochi lake hilo, akiiegemea ile mito minene; na alipomwona Masrur, alinyanyuka, akamwendea kumpokea, akamkaribisha kwa heshima, akamkalisha karibu yake. Hapo aliamrisha maakuli yaandaliwe, na Masrur alipoona ile meza ilivyoandaliwa, alitamka kwa mshangao mkubwa, "Amma kusema kweli, hata huko kwa Khalifa bado sijaona vitu kama hivi!" Kwani vyakula vilivyoandaliwa pale vilikuwa vya namna kwa namna ya nyama zilizopikwa kwa namna ya ajabu. Vyakula hivyo vilikuwa katika vyombo ghali vya udongo wa kufinyanga kutoka Uchina na Ajemi.

"Basi tulikula, tukanywa, tukaburudishwa, tukafurahi mpaka mwisho wa ile siku," alieleza Masrur, "halafu kila mmoja wetu alipewa na mwenyeji wetu dinar elfu tano. Asubuhi ya pili, kila mmoja wetu alivishwa tena lebasi ya heshima ya rangi ya kijani na ya dhahabu, tukakirimiwa tena kama ile siku iliyotangulia."

Ndipo Masrur alipomwambia mwenyeji wake, "Samahani sana, hatuwezi kubaki hapa zaidi kwa kuogopa hasira za Khalifa."

"O Seyyid yangu," alijibu Abu Mohammed Mvivu, "tunawasihi muwe na subira nasi mpaka kesho tujitayarishe, halafu, Insha-Allah, tutaondoka nanyi."

Basi siku ile walistahamili; asubuhi ya pili, watumishi walimtayarishia Abu Mohammed farasi wake kwa hatamu za dhahabu na tandiko la lasi lililonakshiwa kwa lulu na vito vingine. Masrur alipoona vile, alitamka, "Bila shaka Khalifa atakapomwona mtu huyu, atashangaa na kumwuliza jinsi alivyoupata utajiri wake wote huu!"

Baada ya kuagana na Al-Zubaydi, walielekea Baghdad. Walipowasili, walikwenda moja kwa moja mpaka kwa Khalifa Harun al-Rashid, aliyemkaribisha vizuri Abu Mohammed. Abu Mohammed alimwamkia Khalifa kwa heshima, akaketi karibu yake kama alivyokaribishwa.

Baada ya kuamkiana na kujuliana hali na kujuana, Abu Mohammed Mvivu, alimwambia Khalifa, "Ewe Jamadari wa Waumini, nimekuletea zawadi ndogo kuonyesha heshima yangu; je, ruhusa kukukabidhi?"

"Tafadhali," alijibu Al-Rashid.

Abu Mohammed aliwaamrisha watumishi wake walioandamana nao waende wakalete masanduku waliyokuja nayo; humo alitoa vitu vya tunu vya aina mbalimbali vikiwemo miti iliyotengenezwa kwa dhahabu yenye majani ya zumaridi nyeupe, na matunda ya yakuti nyekundu, na lulu adimu ya rangi ya samawi. Wakati Khalifa akistaajabia yote yale aliyoyaona, Abu Mohamed aliwaamrisha wafuasi wake wakamletee sanduku la pili ambamo alitoa hema la zari lililonakshiwa kwa nyuzi za hariri na zumaridi, na vito vingine vya thamani. Milingoti ya hema hilo ilitengenezwa kutoka katika miti ya udi ya Bara Hindi, na upindo wake ulipambwa kwa zumaridi ya kijani. Hema zima hilo lilinakshiwa kwa sura za wanyama na ndege;

na hapa na pale palishonewa johari kama vile zumaridi, yakuti, na kila namna ya vito vingine vya thamani.

Khalifa alipoona vitu vyote vile, alifurahi kupita kiasi; ndipo Abu Mohamed Mvivu alipomwambia, "Ewe Jamadari wa Waumini, usifikiri nimekuletea vitu vyote hivi kwa sababu ya kukuogopa au kwa kutaka unifanyie hisani fulani; la hasha! Nimekuletea kwa sababu najua kuwa mimi ni raia wa kawaida, na kwamba vitu hivi hastahili mtu mwingine isipokuwa Jamadar wa Waumini."

"Na sasa," aliendelea Abu Mohammed Mvivu, "kwa idhini yako, nitakuonyesha mambo mengine niwezavyo kuyafanya."

"Haya, onyesha," alijibu Khalifa, "tupate kuona uwezo wako."

"Kusikia, ndiyo kutii amri," aliitika Abu Mohammed. Basi Abu Mohammed aliitigisha midomo yake wakati akiielekeza mahali kulikokuwa na viguzo vidogo vya lile kasri la Khalifa. Vile viguzo viliinama kutii amri yake, halafu alitoa ishara nyingine, vile viguzo vikanyooka tena wima, vikasimama kama vilivyokuwa awali!

Halafu alifanya ishara nyingine kwa macho yake, na mara mbele yao palitokea vyumba vyenye milango iliyofungwa, Abu Mohammed akatamka maneno fulani, na lo! mle ndani mlisikika sauti za ndege!

Khalifa Harun al-Rashid alizidi kustaajabu, akamwambia Abu Mohammed, "Umeyawezaje yote hayo wakati wewe unajulikana kwa jina la Abu Mohammed Mvivu, na nimeambiwa kuwa baba yako alikuwa kinyozi aliyenyoa watu katika hamamu ya jiji, na alipofariki hakukuachia chochote?"

"Seyyid yangu," alijibu Abu Mohammed, "hebu sikiliza nikusimulie kisa changu cha ajabu na jinsi nilivyopata utajiri, na ule uwezo wangu ulioushuhudia."

"Haya, tusimulie, Abu Mohammed!" alitamka al-Rashid kwa shauku kubwa.

"Ujue, ewe Khalifa wa Waumini," alianza Abu Mohammed, (Mwenyezi Mungu Akupe umri mrefu!), kama ulivyosikia, mimi najulikana kwa jina la Abu Mohammed Mvivu, na kweli baba yangu, alipofariki dunia, hakuniachia chochote, kwani alikuwa, kama ulivyotamka, kinyozi aliyefanya kazi katika hamamu. Na mimi, katika ujana wangu wote, nilikuwa mvivu kuliko kiumbe chochote kilichoumbwa na Mwenyezi Mungu! Uvivu wangu huo ulipita kiasi ukafikia hata kiwango cha mimi kushindwa kunyanyuka kutoka juani nilikolala ambapo awali palikuwa na kivuli!

Niliendea na uvivu wangu huo mpaka nilipofikia umri wa miaka kumi na mitano wakati baba yangu alipofariki, akaniacha fukara wa mwisho. Walakini, mama yangu alikwenda mjini kila siku kuombaomba kwa watu riziki ya kunilisha, kunivisha, na kuninywesha wakati mimi mwenyewe nikilala ubavuni bila kuinua kidole.

Siku moja mama yangu alinijia akiwa na dirham tano za fedha, akaniambia, "Ewe, mwanangu, nimesikia kuwa Sheikh Abu al-Muzffar anajitayarisha kusafiri kwenda Uchina" (huyo Sheikh alikuwa mtu mwema, karimu, aliyependa sana maskini). Mama yangu aliendelea, "Kwa hiyo, mwanangu, chukua dirham hizi tano nilizopewa sadaka leo, twende pamoja tukampelekee, tukamwombe akakununulie kitu chochote kutoka Uchina; huenda ukikiuza, kwa uwezo wa Mwenyezi Mungu, ukapata faida ya kutusaidia!"

Mimi, kwa uvivu wangu, nilishindwa kunyanyuka, lakini mama yangu aliapa kwa jina la Mwenyezi Mungu kuwa, nisiponyanyuka na kufuatana naye, hatanilisha wala hataninywesha, wala hatanisogelea tena, bali ataniacha nife kwa njaa!

Niliposikia kauli yake hiyo ya kitisho, ewe Amiri wa Waumini, niliamini kuwa mama atatimiza ile kauli yake kwa ajili ya ule uvivu wangu, nikamwambia, 'Njoo basi uninyanyue nisimame.' Mama yangu alifanya kama vile nilivyomwambia, halafu nikaongeza, 'Niletee viatu vyangu.' Aliniletea, nikamwambia tena, 'Nivishe;' akanivisha, halafu nikamwamrisha, 'Ninyanyue sakafuni.' Mama alininyanyua, halafu nikamwambia, 'Hebu nikuegemee ili nipate kwenda.'

Ilmradi mama yangu alikubali kila nililomwambia, tukaenda huku nikijikokota mpaka tukafika kwenye ukingo wa mto Tigris, ambako tulimkuta yule Sheikh. Tulimsalimia, halafu nikamwuliza, 'Ewe, ammi yangu, wewe ndiye Abu al-Muzffar?' 'Naam,' alinijibu, nami nikamwambia, 'Tafadhali, ammi yangu, chukua hizi dirham zangu tano ukaninunulie kitu chochote huko Uchina ili Mwenyezi Mungu Anijaaliye nipate faida nacho.'

Yule Sheikh aliwauliza wasafiri wenzake, 'Mnamjua huyu kijana?'

'Ndiyo,' walimjibu, 'anajulikana kwa jina la Abu Mohammed

Mvivu. Kwa ajili ya uvivu wake, bado hata siku moja hajaonekana akitoka kwao akifanya jambo lolote, la kheri wala la shari!' Hapo yule Sheikh akaniambia, 'Haya, mwanangu, kwa uwezo wa Mwenyezi Mungu, nipe hizo fedha zako!' Alichukua zile dirham zangu tano, akisema, 'Bismillah kwa jina la Mwenyezi Mungu!' mimi na mama yangu tukarejea nyumbani.

Baada ya muda, Sheikh Abu al-Muzffar alisafiri kwa merikebu pamoja na wafanyabiashara wengine, mpaka wakafika Uchina alikofanya biashara ya kuuza na kununua bidhaa. Walipopata faida ya kutosha, walitweka tanga kwa madhumuni ya kurejea nyumbani.

Waliposafiri baharini kwa muda wa siku tatu, yule Sheikh aliwaambia wenzake, 'Hebu simamisheni merikebu!' Wakamwuliza, 'Kwa nini?' Aliwajibu, 'Nimesahau kumnunulia Abu Mohammed Mvivu kitu kutoka Uchina kama nilivyomwahidi. Kwa hiyo, turejeeni Uchina nikamnunulie kitu chochote kwa zile fedha zake atakachoweza kukiuza na kupata faida.'

Wasafiri wenzake walimsihi wakimwambia, 'Kwa jina la Mwenyezi Mungu, tusirudi nyuma; kwani tayari tumekwisha safiri masafa marefu, tukastahamili na tukakabili matatizo mengi.' Yule Sheikh aliwaambia, 'Hakuna njia nyingine isipokuwa kurejea.' Wenzake wakamsihi, 'Tafadhali, usiturudishe nyuma; tutakupa faida maradufu ya zile dirham zake tano.'

Sheikh alikubali, wakamkusanyia fedha za kutosha kutoka kwa kila msafiri, wakaendelea na safari yao. Walipofika kwenye kisiwa kimoja kilichokuwa na wakazi wengi, walitia nanga, wakashuka kufanya biashara ya kununua vito tofauti vikiwemo lulu na johari nyingine nyingi.

Mara Sheikh Abu al-Muzffar aliona mtu mmoja aliyekwa na nyani wengi akiwauza. Mmoja wa wale nyani alikuwa amenyofolewa manyoya; na kila mwenyewe alipogeuka kwingine, wale nyani walimshambulia na kumpiga yule mwenzao. Yule mtu alinyanyuka, akawafunga wale nyani na kuwaadhibu kwa kumpiga mwenzao. Jambo hili liliwafanya wale nyani wazidi kumchukia na kumpiga yule mwenzao asiyekuwa na manyoya.

Sheikh Abu al-Muzffar alipoona vile, alimwonea huruma yule nyani, akamwambia yule mwuzaji, 'Utaniuzia huyo nyani?' Yule mtu alimjibu, 'Mnunue,' na Abu al-Muzffar alimwambia, 'Nina dirham tano tu za kijana mmoja yatima. Je, utamwuzia kwa fedha hizo?' Yule mwuza nyani alikubali, akamjibu, 'Nimekuuzia, na Allah Ambarikie huyo kijana yatima!'

Basi alimkabidhi Sheikh yule nyani, naye akapokea zile dirham tano. Watumishi wa Sheikh walimchukua yule nyani, wakamfunga mle merikebuni.

Baada ya kufanya biashara zao, ile merikebu iling'oa nanga, wakasafiri mpaka walipofika kwenye kisiwa kingine, wakajiwa na wazamiaji madini baharini, wakipiga mbizi kutafuta lulu na johari nyingine.

Wale wafanyabiashara waliwaajiri wale wapiga mbizi. Yule nyani alipoona wale watu wakipiga mbizi, naye alijifungua ile kamba aliyofungiwa, akajitosa baharini kama wale wazamiaji!

Abu al-Muzffar alipoona vile, alitamka kwa mshangao, 'Hakuna mwenye nguvu na mwenye uwezo isipokuwa Allah Aliye Mkuu! Zile dirham tano za yule yatima, asiyekuwa na bahati, zimeshapotea!'

Wakati wakisikitita vile, wale wazamiaji waliibuka majini, na kati yao walimwona yule nyani aliyejaza vito mikononi mwake, akaimwaga miguuni pa Abu al-Muzffar!

Yule Sheikh alistaajabu sana, akasema, 'Zile fedha za yule kijana zina mambo ya ajabu!'

Baada ya muda, waling'oa nanga tena, wakasafiri mpaka wakafika kwenye kisiwa kingine cha tatu kilichoitwa Kisiwa cha Zunuj kilichokaliwa na wala watu.

Wenyeji wake walipowaona wale wafanyabiashara na mabaharia wa ile merikebu, waliingia katika ngalawa zao, wakawakamata wale wafanyabiashara na mabaharia, wakawapeleka kwa Mfalme wao aliyewaamrisha wawachinje idadi fulani. Wafanyabiashara waliobaki, waliwafunga, wakaupitisha usiku mlingotini.

Walakini, usiku wa manane, yule nyani alinyanyuka, akamwendea Abu al-Muzffar, akamfungua kamba. Wale wafungwa wengine walipomwona Sheikh yuko huru, walimwambia, 'Ewe Abu al-Muzffar, kwa uwezo wa Mwenyezi Mungu, labda tutaokoka kwa mikono yako!' Lakini yeye aliwajibu, 'Mjue kuwa aliyeniokoa, kwa uwezo wa Mwenyezi Mungu, si mwingine isipokuwa ni huyu nyani, na kwa kitendo chake hicho, namlipa dinari elfu moja!'

Wale wafanyabiashara nao walisema, 'na sisi, kila mmoja wetu, akitufungulia, tutamlipa dinari elfu moja pia.'

Kwa kauli hiyo, yule nyani aliwaendea, akawafungua wote, wakaelekea kwenye merikebu yao, wakakuta kila kitu kimo kama walivyokiacha, wakang'oa nanga. Hapo ndipo Abu al-Muzffar alipowaambia wasafiri wenzake, 'Enyi wafanyabiashara, timizeni ahadi yenu kwa huyu nyani.' Kila mmoja wao alitoa dinari elfu moja, zikawa fedha chungu nzima.

Walipowasili Basrah, Sheikh Abu al-Muzffar aliniulizia, na habari zikamfikia mama yangu, akanijia wakati nimelala, akaniamsha, akaniambia, 'Amka, mwanangu, Sheikh Abu al-Muzffar amerudi na sasa anakutafuta. Nenda ukamwamkie ukamwulize alichokununulia. Labda Mwenyezi Mungu Amekufungulia mlango wa kheri kwa hicho alichokuletea.'

'Basi ninyanyue,' nilimwambia mama, 'unisimamishe, niende mpaka huko mtoni aliko huyo Sheikh.'

Kwa uvivu niliokuwa nao, nilijikokota nikijikwaa huko na huko mpaka nikafika. Sheikh aliponiona, alinikaribisha kwa mshangao, akisema, 'Namkaribisha yule ambaye, kwa uwezo wa Mwenyezi Mungu, dirham zake tano ziliniokoa maisha mimi na kuwaokoa hawa wafanyabiashara wenzangu.' Halafu akaniambia, 'Haya, mchukue nyani huyu niliyekununulia kwa zile fedha zako; nenda ukanisubiri nyumbani kwenu mpaka nitakapokuja.'

Nilimchukua yule nyani, nikaenda naye wakati nikijiambia, 'Amma kusema kweli, hii ni bidhaa ya ajabu aliyoninunulia!' nikaelekea naye mpaka nyumbani nilikomwambia mama yangu, 'Kila ninapojinyoosha kulala, unaniamsha na kunisumbua nifanye biashara! Hebu sasa angalia kwa macho yako mwenyewe kitu gani zile fedha zimetununulia nikafanyie biashara!'

Kabla sijakaa chini, mara mtumishi wa Abu al-Muzffar alibisha mlango, akaniuliza, 'Je, wewe ndiye Abu Mohammed Mvivu?' Nilipomjibu ndiyo, mara alitokea Abu al-Muzffar mwenyewe. Nilinyanyuka, nikambusu mikono, akaniambia nifuatane naye mpaka kwake. Tulipofika, aliwaamrisha watumishi wake wakaniletee zile fedha alizolipwa yule nyani na wafanyabiashara, akaniarifu, 'Mwanangu, Mwenyezi Mungu Amekujaalia utajiri mkubwa kwa faida ya zile dirham zako tano.'

Watumishi wake waliweka chini masanduku ya fedha waliyokuwa wameyabeba kichwani, na Abu al-Muzffar akanikabidhi funguo akisema, 'Waongoze watumishi wangu hawa mpaka nyumbani kwenu, kwani utajiri uliomo humo wote ni wako!'

Nilirejea kwa mama yangu aliyeshangaa sana kuona utajiri ule, akatamka, 'Ee mwanangu, Allah Amekujaalia utajiri wote huu; sasa acha uvivu wako, nenda huko sokoni ukafanye biashara ya kuuza na kununua bidhaa kama wafanyavyo wafanyabiashara wengine.'

Mara ileile niliuacha uvivu, nikafungua duka huko kwenye *bazar* ambako yule nyani wangu alikuwa nami wakati wote akila na akinywa nami. Ajabu ni kwamba, kila asubuhi wakati alipotoweka mpaka adhuhuri wakati aliporudi na mfuko uliojaa dinari elfu moja, na kuuweka karibu yangu, alikaa nami kimya kabisa!

Aliendelea kufanya hivyo kwa muda mrefu mpaka nikaweza kukusanya utajiri mkubwa sana ulioniwezesha kununulia majumba na ardhi, nikalima na mashamba makubwa ya nafaka na matunda tofauti, nikawa tajiri.

Siku moja, wakati nilipokuwa nimekaa dukani mwangu, yule nyani alianza kutazama kulia na kushoto; nikajiuliza, ana nini? Ghafla, kwa uwezo wa Mwenyezi Mungu, alianza kusema, akaniambia, 'Oo Abu Mohammed!'

Niliposikia akisema vile, nilishtuka, nikaingiwa na khofu, lakini yule nyani aliniambia, 'Usiogope; nitakuambia mimi ni nani. Mimi ni shetani wa majini na nimekujia kwa ajili ya ufukara wako. Kwa kuwa sasa nimekutajirisha mpaka umefikia kiwango hicho cha kutojua idadi ya utajiri wako, sasa nami nakuhitaji. Ukifanya nitakalokuambia, utafaidika zaidi.'

'Unataka nifanye nini?' nilimwuliza.

'Nataka umwoe binti mmoja mzuri ambaye mfanowe ni kama mwezi mpevu wa kumi na nne!' alinijibu.

'Unataka nimwoe lini?' nilimwuliza tena kwa mshangao wa lile jambo ambalo sikulitazamia.

'Kesho,' alijibu, akiendelea, 'uvalie lebasi yako nzuri ya thamani, upande farasi wako mwenye matandiko ya hariri na hatamu za dhahabu, uende sokoni. Huko uulize duka la Sharifu. Ukionyeshwa, keti karibu yake umwambie kuwa umemwendea kwa sababu ya kutaka kumposa binti yake. Akikuambia huna fedha, wala cheo, wala ukoo wowote, weka mbele yake dinar elfu moja za dhahabu; na akiuliza zaidi, mwongezee mpaka akubali.'

Nilikubali pendekezo lake, na asubuhi ya pili nilivalia lebasi ya fahari, nikapanda farasi, nikaelekea sokoni nilikoelekezwa dukani kwa Sharifu. Nilimwamkia, nikakaa karibu yake. Sharifu aliniuliza, 'Bila shaka umekuja kwa mambo ya biashara; je nawezaje kukusaidia?'

'Naam, nimekuja kwako kwa shughuli maalumu,' nilimjibu.

'Shughuli gani?' aliuliza.

Mara Yule Nyani Akaanza Kusema!

'Nimekuja kumposa binti yako,' nilimjibu.

'Mbona huonekani una fedha taslim wala cheo chochote wala jamaa yeyote?' aliniuliza Sharifu.

Mara ileile nilitoa mfuko uliokuwa na dinari elfu moja za dhahabu nyekundu, nikamwambia, 'Hizi hapa ndio cheo changu na jamaa zangu! Na kama alivyosema mshairi mmoja,' nikaongeza, 'mwenye cheo ni yule mwenye fedha, na kama wasemavyo Waarabu, *inna darahima kana aziza!*'

Sharifu aliposikia vile, aliinamisha kichwa, na baada ya muda, alikinyanyua, akasema, 'Kama ni hivyo, itakubidi utoe tena elfu moja nyingine za dhahabu.' Nilikubali, nikamtuma mtumishi wangu mmoja aende haraka nyumbani akazilete. Aliporudi nazo, nilimkabidhi Sharifu ambaye, alipozitia mkononi, alinyanyuka, akafunga duka lake, akawaalika wafanyabiashara wenzake wa pale Bazar kuhudhuria tafrija ya ndoa ya binti wake. Sote tulielekea kwake ambako Kadhi alifunga nikaha ya binti yake. Halafu Sharifu aliniambia, 'Baada ya siku kumi ndipo utakapoingia nyumbani na kuonana na mchumba wako.'

Nilirejea kwangu nikiwa nimejaa furaha, nikamwambia yule nyani yote yale yaliyojiri. Nyani alisema nimefanya vizuri; tukasubiri mpaka ile siku.

Ile siku niliyopangiwa na Sharifu ilipokaribia, yule nyani aliniambia, 'Kuna jambo jingine nataka unifanyie; na utakapolifanya, utapata chochote unachokitaka.'

'Unataka nikufanyie nini?' nilimwuliza.

'Mwisho wa chumba utakamokutana na binti wa Sharifu, utaona kabati ambalo mlango wake una kufuli ya shaba na ufunguo wake uko chini yake. Chukua ufunguo ufungue hilo kabati; ndani utaona sanduku la chuma lenye bendera nne kila pembe, ambazo ni hirizi. Katikati utaona kuna bakuli lililojaa fedha na alimofungwa jogoo mweupe. Upande mmoja wa hilo sanduku utaona nyoka kumi na mmoja, na upande wa pili utaona kisu. Chukua hicho kisu umchinje jogoo, halafu zikate zile bendera, ulipindue sanduku. Ukitimiza hayo, rudi kwa mchumba wako utimize wajibu wako kama mume. Hiyo ndiyo kazi ninayokuomba ufanye.'

Nilikubali bila kuuliza maswali; na ile siku ilipowadia, nilikwenda kwa Sharifu. Nilipoingia katika chumba alimokuwamo mchumba wangu, nililitafuta lile kabati, nikaliona kama vile alivyoeleza yule nyani. Niliingia ndani zaidi, nikamkuta mchumba wangu aliyekuwa mzuri wa sura na umbo. Mchumba wangu nami tulifurahi kujuana; tukakesha usiku ule tukistarehe mpaka usiku wa manane wakati mchumba wangu alipolala. Ndipo niliponyanyuka, nikachukua zile funguo, nikalifungua lile kabati. Nilichukua kile kisu, nikamchinja yule jogoo, nikazikata na kuzitupa chini zile bendera, nikalipindua lile sanduku. Mara ileile yule msichana aliamka, na alipoona lile kabati limefunguliwa na yule jogoo amekatwa kichwa, alipiga kelele akisema, 'Hakuna mwenye uwezo na nguvu isipokuwa Allah! Sasa yule shetani wa majini amenipata!'

Kabla hajamaliza kutamka maneno yale, shetani jini aliishukia nyumba, akamnyakua mchumba wangu, akatoweka naye!

Kelele na ghasia zilizozuka mle ndani zilimfanya Sharifu aingie haraka mle ndani, na alipoona yaliyotokea, alijipiga makonde usoni, akilia, 'O Abu Mohammed, umefanya nini? Hayo ndiyo uliyoyataka? Niliweka tambiko ndani ya kabati nikimwogopea binti yangu shetani aliyelaaniwa ambaye, kwa muda wa miaka sita, amekuwa akijaribu kumwiba lakini hakufanikiwa. Leo umemfanya afanikiwe!'

Niliposikia maneno yale, nilirudi haraka kwangu, nikamtafuta yule nyani lakini sikumwona. Hapo ndipo nilipotambua kuwa yule nyani ndiye aliyekuwa huyo shetani aliyetajwa, na kwamba ndiye aliyemchukua mke wangu baada ya kunidanganya mimi kwenda kuharibu lile tambiko kwa kumchinja yule jogoo, mambo mawili yaliyomkinga yule msichana.

Nilijuta sana kwa kile kitendo changu. Sikuwa na jambo jingine lolote la kufanya isipokuwa kuondoka na kutoweka. Nilielekea jangwani, nikatembea usiku kucha bila kujua niendako.

Wakati nikiwa katika fikra na mawazo mazito hayo, ghafla niliona nyoka wawili; mmoja mweupe na wa pili wa rangi ya kahawia wakipigana vikali wakitaka kuuana. Nilichukua jiwe, nikamwua yule wa rangi ya kahawia aliyekuwa katili zaidi. Yule mweupe alitoweka; lakini baada ya muda, alitokea tena akiongozana na nyoka wengine kumi weupe, wakamwendea yule nyoka niliyemwua, wakamkatakata vipande, kikabaki kichwa tu. Halafu waliondoka, wakaenda zao. Mimi, kwa sababu ya uchovu mwingi niliokuwa nao, nilijinyoosha pale nilipokuwa, nikalala.

Wakati nikijinyoosha vile na kutafakari, mara nilisikia sauti ingawa sikuweza kumwona mtu. Ewe Jemadari wa Waumini, unaweza kukisia jinsi nilivyohisi! Mara nikasikia tena sauti nyingine ikisema, 'Ewe Mwislamu uaminiye Qur'an Tukufu, furahia yale yaliyokusalimisha na kukuletea amani! Ewe mwanadamu, usiogope yale aliyokunong'onezea yule shetani; kwetu sisi utaona na kujua ukweli!'

Sauti hii iliendelea mpaka nikashindwa kustahamili, nikasema, 'Kwa jina la Muumba unayemwabudu, nakusihi, tafadhali, niambie wewe ni nani!'

Mara yule msemaji asiyeonekana alijitokeza akiwa na umbo la mwanadamu, akasema, 'Usiogope, kwani matendo yako mema uliyoyatenda yametufikia. Sisi ni majini walio waumini wa kweli. Kama una kitu unachokihitaji, tuambie nasi tutakutimizia.'

'Hakika!' nilimjibu. 'Mimi nimepatikana na janga kubwa ambalo bado halijampata mtu yeyote!'

'Bila shaka wewe ni Abu Mohammed Mvivu, ama sivyo?' aliniuliza.

Nilipomwitikia ndiyo, alisema, 'O Abu Mohammed, mimi ni kaka yake yule nyoka mweupe uliyemwulia adui yake. Sisi ni ndugu wanne wa baba moja na mama moja, na sote tunakushukuru kwa ule wema wako. Ujue kuwa yule aliyekudanganya na aliyekuwa na umbo la nyani, ni shetani mkubwa wa mashetani majini aliyejaribu sana kumpata yule msichana lakini alishindwa kwa sababu ya tambiko alilotambika baba yake. Kama si wewe, asingempata. Lakini usijilaumu, si kosa lako. Sisi tutakufikisha aliko mkeo, na tutamwua huyo shetani jini, kwani wema wako haukupotea bure.'

Yule mtu alipaaza sauti ya kutisha, na mara palitokea jeshi la majini, akawauliza habari kuhusu yule nyani. Mmoja wao alijibu kuwa anajua anakoishi, nako ni katika Jiji la Shaba. Yule jini wa kwanza akaniambia, 'O Abu Mohammed, mmoja wa hawa watumwa wetu atakubeba mgongoni, na atakufundisha namna ya kumpata tena mkeo. Lakini ujue kuwa huyu mtumwa ni shetani wa mashetani; wakati akikubeba, usilitaje jina la Mwenyezi Mungu kwani yeye si mwumini. Ukilitaja, atakukimbia na utaangamia.'

Nilikubali ushauri wake, nikamchagua mmoja wa wale majini, akainama, akaniambia, 'Panda!' Nilimpanda mgongoni, akapaa nami juu sana angani mpaka nikashindwa kuiona ardhi chini isipokuwa nyota angani, na sauti za malaika zikisema, 'Mwenyezi Mungu Asifiwe!' huku yule jini akiongea nami kunifanya nisikie zile sauti nisije nikalitaja jina la Mwenyezi Mungu. Lakini kadiri tulivyopaa juu, ndivyo ile sauti nayo ilivyozidi, mara nikasikia sauti nyingine ikiniambia, 'O Abu Mohammed, tamka: Hakuna mungu isipokuwa Allah na Mohammed ni Mtume wa Mwenyezi Mungu; ama sivyo utadhurika mara moja!'

Sikuweza kustahamili na kuwa kimya vile bila kulitaja jina la Mwenyezi Mungu; nikatamka: Hakuna mungu wa kuabudiwa isipokuwa Allah na Mohammed ni Mtume wa Mwenyezi Mungu!

Mara ileile yule shetani jini aliyenibeba aligeuka majivu, nami nikaanguka, nikatumbukia katika mawimbi makubwa baharini. Kwa bahati nzuri niliokotwa na mabaharia watano wa jahazi lililokuwa likipita karibu. Waliongea nami kwa lugha nisiyoifahamu, nikawaashiria kwa vidole kuwa siwaelewi. Walikuwa wavuvi walioendelea kuvua mpaka mwisho tukawasili katika mji wao, wakanipeleka kwa Mfalme wao. Niliibusu sakafu miguuni pa Mfalme, naye, baada ya kunitunukia joho la fahari la nchi yake, aliniambia kwa Kiarabu alichokijua vizuri, 'Nakuchagua kuwa mmoja wa wahudumu wangu.' Hapo nikamwuliza jina la mji wake, akanijibu kuwa linaitwa Hanad, na kwamba liko katika nchi ya Uchina.

Nilipopumzika, Mfalme alimwambia Waziri wake Mkuu anionyeshe jiji lao, ambalo, niliarifiwa, awali lilikaliwa na makafiri mpaka Mwenyezi Mungu Alipowaangamiza na kuwageuza mawe.

Basi niliishi katika lile jiji, nikidurusu elimu tofauti na kuona mengi ya kigeni, hasa miti na mimea isiyo ya kawaida iliyozaa matunda tofauti ya kigeni.

Siku moja, wakati nimeketi kwenye ufukwe wa mto nikipunga upepo na kutafakari, nilijiwa na mpanda farasi mmoja, akaniambia, 'Je, wewe si Abu Mohammed Mvivu?'

'Naam,' nilimjibu; halafu akaniambia, 'Usiogope, kwani habari zako na matendo yako mema yalitufikia.'

'Wewe ni nani?' nilimwuliza.

'Mimi ni mmoja wa ndugu wa yule nyoka mweupe,' alinijibu, 'na najua unatafuta mahali mkeo aliko, ama sivyo?'

Alipotamka maneno hayo, alivua nguo zake, akanivisha mimi, akisema, 'Usiogope, kwani yule mtumwa aliyekubeba na aliyeangamia, alikuwa mmoja wa watumwa wetu.'

Yule mtu alinipakia nyuma ya farasi wake, akanifikisha kwenye jangwa, akaniambia, 'Shuka hapa na tembea kati ya milima hii miwili mpaka utakapofika Jiji la Shaba. Usiliingie mpaka nitakapokurudia na kukuambia la kufanya.'

Nikajikuta Katikati ya Wenye Macho Kifuani!

Nilishuka nyuma yake, nikatembea mpaka nilipokaribia ukuta wa lile jiji, ambao ulikuwa wa shaba tupu. Niliuzunguka ule ukuta nikitumaini kuona lango au kiingilio, lakini sikufanikiwa. Mara alitokea tena ndugu wa yule nyoka, akanipa upanga wa kichawi ulionifanya nisionekane, akaenda zake. Kabla hajafika mbali, nilisikia sauti nyingi, na mara nikajikuta katikati ya kundi la watu wenye macho kifuani! Waliponiona, waliniuliza mimi ni nani na kilichonileta pale. Niliwahadithia masaibu yaliyonipata, wakaniambia, 'Msichana unayemtafuta, yumo jijini akiwa na yule shetani jini, lakini hatujui alilomfanya. Sisi, ukitaka kujua, pia ni jamaa wa yule nyoka mweupe,' wakiongeza, 'nenda kwenye ile chemchem, ifuate na ingia inakoingia, itakufikisha jijini.'

Nilifanya vile walivyoniambia, nikaifuata ile chemchem mpaka nikajikuta kwenye uwanja mpana uliokuwa chini ya ardhi, nikaendelea mpaka nikafika jijini. Huko nikamwona mtoto wa kike ameketi kwenye kiti cha dhahabu kilichokuwa katikati ya bustani iliyojaa miti ya dhahabu yenye matunda ya johari.

Yule mtoto wa kike, aliyekuwa mke wangu, aliponiona, alinitambua, akanikimbilia, akanikumbatia, akaniuliza, 'Ewe Seyyid yangu, ni nani aliyekuongoza mpaka ukafika hapa?'

Nilimsimulia yote yaliyojiri, halafu akaniambia, 'Jua kuwa yule shetani jini anipendaye na aliyenichukua, ameniambia kuwa, si mbali na hapa, pana hirizi maalumu ambayo, mwenye kuimiliki, anaweza kuangamiza jiji lote hili kwa kuyaamrisha maifriti wa hirizi hiyo. Hirizi hiyo iko kwenye kilele cha mnara mmoja.'

Nilimwuliza mnara uliko, akanielekeza na jinsi ya kuimiliki na kumwita mkuu wa maifriti ambaye amefanana na *koho,* na kwamba nikimwita ifriti huyo na wenzake, watatokea mara moja na watafanya lolote nitakalowaamrisha.

Basi bila kuchelewa, nilielekea kule mnara ulikokuwa, nikafanya kama alivyonielekeza mke wangu. Nilipoitia ile hirizi mkononi, maifriti wote walitokea mbele yangu, wakaniambia niwaamrishe lolote nilitakalo nao watalitekeleza mara moja.

'Mkamateni na mfungeni yule shetani jini aliyemleta hapa huyu mke wangu!' niliwaamrisha.

Mara ileile walitoweka, na baada ya muda, walirudi wakaniambia kuwa wameitekeleza amri yangu. Niliwapa ruhusa waende zao, nami nikarejea kwa mke wangu, nikamsimulia yaliyotokea, nikamwambia, 'Mpenzi wangu, sasa twende zetu kwetu.'

Basi nilikwenda naye mpaka kule nilikoingilia jiji, tukaendelea mpaka tulipofika kule walikokuwako wale watu walikuwa na macho kifuani na waliotufikisha pwani, wakatutia ndani ya merikebu, tukasafiri kwa siku kadhaa mpaka tukawasili Basrah salama salimini.

Tulipoingia katika nyumba ya mkwe wangu, na wazazi wake walipomwona binti yao, walifurahi kupita kiasi. Hapo nikamwita yule koho kwa kutia ubani kwenye kigae cha moto. Mara wale maifriti walitokea, wakaniuliza nitakacho. Niliwaamrisha wahamishe hazina yote iliyoko katika lile Jiji la Shaba, walete kwangu Basrah. Halafu nikawaambia wakamlete yule nyani. Walipomleta mbele yangu, nikamwuliza, 'Ewe laana, kwa nini ulinitendea yale uliyoyatenda?'

Hakuweza kunijibu; ndipo nilipowaamrisha wale maifriti wamtie ndani ya chombo cha shaba, wakifunge imara kwa risasi, wakakihifadhi mbali mpaka siku ya kiyama!

Hivyo, Seyyid yangu, ndivyo nilivyoweza kupata utajiri usio na kifani mkiwa na johari za kila aina na kila ukubwa. Na kama kuna kitu kingine chochote unachokitaka, Seyyid yangu, niambie nami nitawaamrisha maifriti wangu, nao watakupatia. Lakini yote haya, Seyyid yangu, yanatokana na majaaliwa ya Mwenyezi Mungu!"

Khalifa Harun al-Rashid alistaajabu sana kusikia kile kisa, akamtunukia Abu Mohammed zawadi za kifalme kwa ajili ya zile zake, akawa sahibu yake mkubwa.

* * *

Dunyazad, kwa mara nyingine tena, alikisifu sana kisa hiki cha ajabu cha Abu Mohammed Mvivu, akamwuliza dada yake kama anaweza kuwasimulia kisa kingine kizuri cha kusisimua kama hicho. Kabla Shahrazad hajaomba idhini yoyote, Sultan Shahriyar alimwambia awasimulie kisa kingine kizuri kama anakijua na Shahrazad alianza tena kuwasimulia

Kisa cha Zeyn Al-Asnam, Mwana Mfalme, na Sultani wa Majini

Hapo kale, alianza tena Shahrazad, palikuwa na Sultani mmoja wa Basrah aliyekuwa na milki kubwa, na aliyependwa sana na raia wake. Kwa bahati mbaya, Sultani huyu hakujaaliwa mtoto. Jambo hili lilimhuzunisha sana. Siku moja aliwaita *maulamaa* wote waliokuwa katika milki yake, akawatunukia zawadi, akawambia wamwombee Mwenyezi Mungu Amjaaliye mtoto wa kiume. Walimwombea, na dua zao zilikubalika, kwani Malkia alishika mimba; na baada ya miezi tisa, alijifungua mtoto wa kiume aliyeitwa Zeyn al-Asnam, jina lenye maana ya mapambo ya taswira.

Siku moja Sultani aliwaita wanajimu waliokuwa katika milki yake, akawataka wamtazamie mwanawe nyota. Katika unajimu wao, waliona kuwa Zeyn al-Asnam atakuwa shujaa atakayeishi miaka mingi, lakini ushujaa wake wote huo hautamsaidia katika mashaka atakayokumbana nayo.

Utabiri huo haukumshtushua Sultani wala kumtia wasiwasi mwingi akisema, "Mwanangu hahitaji kuonewa huruma, kwani mwana wa Sultani anatarajiwa kuwa shujaa. Ni vizuri kama atapambana na matatizo maishani mwake ili ajue maisha ya pande zote ya raha na ya taabu."

Sultani aliwalipa vizuri wale wanajimu, na yeye akajishughulisha kumuelimisha vizuri mwanawe kwa kumtafutia walimu na wataalamu wa elimu na fani mbalimbali. Kifupi ni kwamba, alimfanya Zeyn awe mwana Sultani hodari aliyestahili kukirithi kiti chake cha enzi.

Siku moja Sultani alishikwa ghafla na ugonjwa uliowashinda waganga wake kumtibu. Alipoona hali yake inazidi kuwa mbaya, na hakuna dalili yoyote ya kupona, Sultani alimwita mwanawe. Kati ya mengi aliyomwusia, alimwambia awe mtawala apendwaye na raia wake badala ya kuchukiwa; asisikilize la kuambiwa; asifanye haraka kuadhibu bali afikirie kwa makini lolote analoletewa, kwani mara kwa mara watawala hupotoshwa na washauri wao waovu, wadhalimu wenye roho mbaya wasiojali raia bali watazamao tu maslahi zao.

Sultani alipofariki dunia, kwa muda wa siku saba, Zeyn akawa katika matanga ya baba yake. Siku ya nane, alivishwa taji, akaondoa muhuri wa baba yake kutoka katika hazina, akaweka wake, akaanza maisha matamu ya kuitawala ile milki ya baba yake, akijifurahia zaidi na maisha ya anasa, na jinsi watu walivyokuwa wakimwinamishia vichwa kwa kumtii na kumnyenyekea. Aslan hakujali maslahi ya raia wake, bali alijali tu maslahi yake na maisha ya raha na ya anasa aliyokuwa akiyaishi kwa kushirikiana kila siku na makundi ya vijana wa tabaka ya juu ambao wazazi wao walikuwa matajiri aliowapatia mamlaka katika utawala wake. Kwa kuwa alikuwa ni mtoto wa pekee, alifuja hazina ya marehemu baba yake kwa kuwastarehesha vipenzi wake wa kike na wa kiume.

Mama yake mzazi, aliyekuwa Malkia mwenye busara na akili nyingi, na aliyekuwa hai, alijaribu sana kumwonya mwanawe aibadili ile tabia yake, akimwambia kuwa, kama hakuubadili ule mwenendo wake, hataufuja tu utajiri wake, bali raia wake wataanza kumchukia, na wanaweza hata kusababisha mapinduzi yatakayomgharimu taji lake na pengine hata maisha yake.

Yale aliyoyabashiri mama yake nusura yatokee, kwani raia walianza kunung'unika dhidi yake na dhidi ya serikali yake, minung'uniko ambayo, baada ya muda, ilifuatwa na ghasia. Kama si mama yake kuingilia kati na kutuliza mambo, matokeo yangekuwa mabaya zaidi.

Mama yake alipomweleza mwanawe jinsi hali ilivyokuwa mbaya, Zeyn alizinduka, akayakabidhi mamlaka mikononi mwa watu wazima wenye ujuzi zaidi wa utawala, akawatimua wale vijana wenzake.

Na alipoona utajiri wake wote umefujika, alijuta, akatubu, akatambua yale makosa aliyoyafanya. Alihuzunika sana, ikawa hakuna wa kuweza kumfariji.

Usiku mmoja, katika ndoto, alijiwa na mzee aliyetabasamu, akamwambia, "Ewe Zeyn, jua kuwa hakuna baya lisilofuatwa na jema; na hakuna huzuni isiyofuatwa na furaha. Kama unataka kutoka katika matatizo uliyomo sasa, funga safari uende Misri, ufike mtaa fulani wa Qahira (Kairo). Huko kunakusubiri utajiri na mafanikio makubwa."

Zeyn Akimwona Walii Katika Ndoto

Yule kijana Sultani alistaajabishwa na ile ndoto, akamweleza mama yake aliyemcheka, akimwambia, "Mwanangu, utafunga safari ndefu kwenda Misri kwa sababu ya kuamini ndoto?"

"Kwa nini, mama," alijibu Zeyn, akiongeza, "unafikiri ndoto zote si za kweli? La, la, mama, ndoto nyingi ni za kweli na za miujiza. Walimu wangu waliniambia matokeo mengi ya ndoto. Zaidi ya hayo, ingawa awali sikuamini, hata hivyo, sina budi kuamini ndoto fulani fulani. Mzee aliyenitokea katika ndoto alikuwa na umbo lisilokuwa la kawaida, na alionekana mwenye kipaji fulani. Kuna kitu kinachoniambia niamini kauli yake. Hivyo basi, nimekata shauri kufuata ushauri wake."

Malkia mama yake alijaribu sana kumshawishi mwanawe asiende, lakini alishindwa. Mwisho Sultani alimkabidhi mama yake madaraka ya usultani, usiku mmoja akafunga safari peke yake bila kujulikana na mtu yeyote, akaelekea Qahira. Baada ya safari ndefu ya uchovu mwingi, aliwasili katika lile jiji maarufu lisilo na mfano kokote duniani kwa uzuri wake. Alisimama mbele ya mlango wa msikiti mmoja ambako, kwa uchovu mwingi aliokuwa nao, alijinyoosha kidogo mle ndani. Mara ileile alichotwa na usingizi mzito, akamwona tena yule walii, akimwambia, "Nimefurahi nawe, mwanangu, kwa kuyathamini yale maneno yangu. Umefunga safari ndefu ya kuja huku, ukakabili hatari nyingi kwa kuamini yale niliyokuambia. Ujue kuwa nimekufanya ufunge ile safari ndefu kwa sababu ya kukujaribu. Sasa nimethibitisha kuwa wewe ni shujaa ukataye shauri kwa kufuata imani yako. Hivyo basi, unastahili nikufanye tajiri na Sultani mwenye furaha kuliko mwingine yeyote. Sasa rudi Basrah, na huko utaupata utajiri mkubwa ambao bado haujaingia mikononi mwa Mfalme mwingine yeyote."

Sultani Zeyn hakufurahishwa na ile ndoto. Alipoamka mle msikitini, alimaka, "Ah, kumbe nilikosea! Yule walii niliyemfikiria mtakatifu, kumbe yale yalikuwa fikra na mawazo yangu tu! Afadhali nirejee Basrah, kwani sina tena la kufanya hapa. Kheri sikumwambia mtu mwingine yeyote isipokuwa mama yangu tu ama sivyo ningechekwa sana!"

Basi Zeyn alifunga tena safari, akarejea kwenye ufalme wake, na mara alipowasili, Malkia mama yake alimwuliza kama amefanikiwa katika ile safari yake. Zeyn alimsimulia yote yaliyotokea; na mama yake, badala ya kumkasirikia au kumcheka, alimfariji kwa kumwambia, "Yasahau yaliyopita, mwanangu. Kama Mwenyezi Mungu Amekujaalia utajiri, utaupata bila tatizo lolote. Ridhika na uliyo nayo. Ninaloweza kukushauri sasa ni kusahau zile raha na anasa za kujiburudisha na wenzio kwa muziki, kwa kucheza ngoma, na kwa kunywa divai kila siku. Achana nayo yote hayo, kwani yamekwisha kukuharibia maisha yako. Sasa tekeleza wajibu wako kama Sultani kwa kuwaridhisha raia wako. Ukifanya hivyo, utajijenga vizuri."

Sultani Zeyn aliapa kuwa, katika siku zijazo, atafuata ushauri wa mama yake na wazee wa majlis yake waliochaguliwa na mama yake kumsaidia kuitawala nchi. Lakini usiku uleule aliorejea, katika ndoto nyingine, alimwona tena yule mzee kwa mara ya tatu, akimwambia, "Wakati wako wa mafanikio umewadia sasa, shujaa Zeyn. Kesho asubuhi, utakapoamka, chukua sururu ndogo, uchimbe sakafu ya kabati la marehemu baba yako; humo utaona hazina."

Sultani Zeyn alipoamka asubuhi ya pili, alielekea kwa Malkia mama yake, akamweleza ndoto ya usiku uliopita. Mama yake alimwambia, "Hakika, mwanangu, huyu unayemwota mara kwa mara ni mzee wa ajabu! Hakuridhika kukudanganya mara mbili; unawezaje kumwamini tena?"

"Hapana, mama," alijibu Zeyn, "hata mimi sasa siamini yale aliyoyasema; lakini kujiridhisha, nitalichunguza kabati la marehemu baba."

"Nilijua utasema hivyo," alicheka mama yake, akimwambia, "Haya, mwanangu, kama ni kuiridhisha nafsi yako, nenda ukairidhishe. Hiyo haitakuwa kazi ya kuchosha kama ile safari ndefu ya kuelekea Misri."

"Walakini," alisema Zeyn, "sina budi kusema kuwa hii ndoto ya tatu, imenirudishia imani yangu, kwani inahusiana na zile mbili za awali. Hebu tuhakikishe ile kauli ya yule mzee: kwanza alinielekeza Misri. Nilipofika kule, aliniambia kunisafirisha kule ilikuwa ni njia ya kunijaribu tu; akaniamrisha, 'Rudi Basrah, huko ndiko utakakoipata hiyo hazina.' Na usiku uliopita, aliniambia mahali hasa pa kuipata hiyo hazina.

Ndoto hizi tatu, nionavyo mimi, zinahusiana; zinaweza kuwa si za kweli, lakini ni kheri nijue mwisho wake kuliko kuja kujilaumu baadaye kwa kuikosa hiyo hazina, nikajuta."

Aliposema maneno hayo, Zeyn alitoka chumbani mwa mama yake, akaagiza sururu, akaelekea nayo chumbani kwa marehemu baba yake. Bila kuchelewa, alianza kuchimba chini mle kabatini bila mafanikio. Alipumzika kidogo, akafikiri, "Bila shaka safari hii mama yangu atanicheka sana."

Zeyn Akichimba kwa Sururu

Hata hivyo hakukata tamaa, aliendelea kuchimba bila majuto kwa kuchukua hatua ile. Ghafla aliona bamba jeupe la marmaru. Alilinyanyua, chini yake akaona mlango uliokuwa na kufuli ya chuma aliyoivunja kwa ile sururu, akaufungua. Alifurahi kuona ngazi ya marmaru nyeupe iliyoelekea chini, akaifuata mpaka akaingia ndani ya chumba kimoja kilichokuwa kule chini. Sakafu na dari ya kile chumba ilikuwa ya marmaru tupu. Kilichovutia zaidi macho yake ni sehemu iliyonyanyuka juu kidogo palipokuwa na mitungi arobaini aliyofikiri labda imejaa divai. "Bila shaka," alijiambia, "divai iliyomo humo ni ya zamani na ni nzuri iliyo komaa sana."

Aliuendea mtungi wa kwanza, akauondoa funiko, akashangaa kuona umejaa sarafu za dhahabu tupu iliyo safi! Halafu aliikagua mitungi yote arobaini - mmoja baada ya mwingine - akagundua kuwa yote imejaa sarafu za dhahabu! Alitia mkono katika mtungi mmoja, akazichota mkono tele, akatoka nazo, akaenda kumwonyesha mama yake.

Kama inavyoweza kukisiwa, Malkia alistaajabu sana wakati mwanawe alipomtilia mkononi zile sarafu za dhahabu, akatamka, "O mwanangu, angalia kuwa sasa huufuji kipumbavu utajiri huu kama ulivyoifuja ile hazina ya babiyo wakati maadui zako wakiifurahia."

"La, Seyyidati," alijibu Zeyn, "kuanzia sasa, nitaishi maisha yatakayokuridhisha wewe mama yangu na raia wangu."

Malkia alimwambia mwanawe akamwonyeshe ile hazina iliyofichwa mle chini na marehemu baba yake. Zeyn alimwongoza mama yake mpaka kule chini kulikokuwa na kile chumba cha marmaru.

Malkia alichunguza zaidi kile chumba, kwenye pembe moja akakiona kigudulia kidogo ambacho Zeyn hakukiona awali, akakiondoa kifuniko, ndani akaona mna ufunguo wa dhahabu.

"Mwanangu," alisema Malkia, "ufunguo huu, bila shaka, unafungua mahali fulani. Hebu tutafute vizuri, labda tutagundua hazina nyingine!"

Kwa uangalifu mkubwa, walitafuta chumba kizima, mwisho waliona tundu ndogo kwenye ukuta. Sultan Zeyn aliujaribu ule ufunguo, ukaingia kwenye tundu, pakafunguka mlango, ambamo ndani ya chumba kingine, waliona viguzo tisa vya dhahabu, vinane, kila kimoja kikiwa na sanamu ya almasi iliyotoa nuru iliyoangaza kile chumba kizima!

"Doh!" alishangaa Zeyn, "baba yangu alivipata wapi vito hivi adimu vya ajabu?"

Kiguzo cha tisa kiliwashangaza zaidi, kwani kilifunikwa kwa kitambaa cha hariri kilichoandikwa maneno haya:

"Mpendwa mwanangu, imenigharimu kazi na nguvu nyingi kupata sanamu hizi nane. Ingawa ni zenye uzuri wa ajabu na za thamani, ufahamu kuwa kuna ya tisa katika dunia hii inayoshinda zote hizi. Kama unataka kuimiliki, nenda katika jiji la Qahira, katika nchi ya Misri. Huko utamkuta mmoja wa watumwa wangu wa zamani aitwaye Bubikir. Utampata kwa urahisi kwa sababu mtu wa kwanza utakayemwuliza, atakuelekeza kwake. Mwendee umweleze yote yaliyotokea; atakutambua kuwa wewe ni mwanangu, na atakupeleka mahali hiyo sanamu ya tisa ya ajabu inakopatikana, na jinsi utakavyoipata kwa usalama."

Zeyn al-Asnam aliyasoma yale maneno, akamwambia Malkia, "Mama, nitasikitika sana kuikosa hiyo sanamu ya tisa. Kwa kuwa sanamu hizi nane haziifikii hiyo ya tisa, bila shaka ni adimu sana na ni ya aina ya pekee. Nitaelekea tena Qahira nikitumaini, Seyyidati, safari hii hutaipinga."

"La, mwanangu," alijibu Malkia, "siipingi safari yako. Insha-Allah utafika salama na utarejea salama. Nenda wakati wowote unaoona unafaa. Mimi na Mawaziri wako tutaiendesha serikali yako wakati ukiwa huko."

Hakuna lolote lililotokea au lililompata Zeyn wakati wa safari yake ya pili. Alipowasili Qahira, alimtafuta Bubikir, akaambiwa kuwa huyo ni mmoja wa matajiri wakubwa wa jiji hilo, na kwamba anaishi kama bwanyenye mkubwa, na kwamba jumba lake li wazi, hasa kwa wageni.

Zeyn alielekezwa huko; alipofika, alibisha lango, likafunguliwa na mlinzi aliyemwuliza alichotaka.

"Mimi ni mgeni," alijibu Zeyn, "na kwa kuwa nimesikia mengi juu ya ukarimu wa Bubikir, nimekuja kuonana naye."

Yule mtumishi alimwambia asubiri wakati yeye akienda kumwarifu bwana wake. Aliporudi, alimwambia aingie, anakaribishwa.

Zeyn aliingia, akapitia kwenye bustani kubwa nzuri, akafika kwenye ukumbi mkubwa uliopambwa vizuri, ambako alikuwa akisubiriwa na Bubikir na alikopokelewa kwa ukarimu mkubwa. Zeyn alimshukuru mwenyeji wake kwa heshima aliyompa ya kumkaribisha ndani, akimwarifu kuwa yeye ni mwana wa marehemu Sultani wa Basrah, na jina lake ni Zeyn al-Asnam.

"Zamani babiyo alikuwa bwanangu," alitamka Bubikir, "lakini sikujua kuwa Seyyid yangu alikuwa na mtoto; una umri gani?"

"Nina umri wa miaka ishirini," alijibu Sultan Zeyn, akiendelea, "kwani ni muda gani toka wewe ulipoondoka katika milki ya baba yangu?"

"Takriban ni miaka ishirini na miwili," alijibu Bubikir. "Lakini unawezaji kunithibitishia kuwa wewe ni mwanawe?"

"Marehemu baba yangu," alisema Zeyn, "alikuwa na chumba cha siri chini ya kabati lake ambako niliona viguzo vinane vya dhahabu vikiwa na sanamu za almasi. Kiguzo cha tisa, kulikuwa na kitambaa cha hariri kilichoandikwa na baba yangu kuwa nikatafute hiyo sanamu ya tisa yenye thamani zaidi ya zile nyingine nane; na kwamba wewe ndiye ujuaye iliko, kwani imeandikwa kwenye hicho kitambaa kuwa utanipeleka iliko."

Yule kijana alipomaliza kumweleza, Bubikir alimwangukia, akambusu Zeyn mikono mara kadhaa, akasema, "Namshukuru Mwenyezi Mungu kwa kukuleta hapa. Natambua kuwa wewe kweli ni mwana wa marehemu Sultani wa Basrah. Kama unataka kwenda huko hiyo sanamu ya ajabu ya tisa iliko, nitakuongoza. Lakini kwanza pumzika hapa kwa muda, kwani leo nimeandaa tafrija maalumu kwa ajili ya waungwana wa jiji hili. Tulikuwa mezani kwenye maakuli wakati nilipoarifiwa kuwasili kwako. Tafadhali jiunge nasi katika tafrija hiyo ufurahi nasi."

"Shukran," alijibu Zeyn, "kwa kunikaribisha katika karamu yenu hiyo."

Bubikir alimwongoza Zeyn mpaka kwenye ukumbi mkuwa mwingine uliokuwa chini ya kuba walikokuwako wale wageni wake, akakakaribishwa pale mezani, akahudumiwa kwa kupigiwa magoti na Bubikir.

Wale mabwanyenye wa Qahira waliokuwako pale, walistaajabu sana kuona vile, wakanong'onezana, "Huyu mgeni anayepewa heshima hivi na Bubikir ni nani?"

Wote walipomaliza kula, Bubikir aliwageukia wageni wake, akawaambia, "Waungwana wa Qahira, msistaajabu kuniona nikimhudumia vile huyu kijana. Mjue kuwa ni mwana wa Sultani wa zamani wa Basrah, aliyekuwa bwana wangu. Baba yake alininunua, lakini alikufa kabla hajanipa uhuru wangu. Hivyo basi, mimi bado ni mtumwa wake, na chochote nilicho nacho ni mali ya huyu kijana, mwana wa Sultani, aliye mrithi wake."

Zeyn alimkatiza kauli kwa kutamka, "Ustadh Bubikir, natangaza mbele ya hadhara hii ya waungwana wa Qahira kuwa, toka sasa wewe ni huru, na kwamba wewe na milki yako si mali yangu. Badala yake, lifikirie lile unalotaka kutoka kwangu ili *mimi* nikutekelezee wewe!"

Bubikir aliibusu sakafu iliyokuwa miguuni pa Zeyn, akatoa shukrani nyingi za dhati kwa yule kijana. Hapo divai maalumu ililetwa, wote wakanywa; jioni, baada ya wale wageni kugawiwa zawadi, walikwenda zao.

Siku ya pili Zeyn alimwambia Bubikir, "Sikuja Qahira kwa kustarehe bali nimekuja kuipata ile sanamu ya tisa. Mimi nimeshapumzika vya kutosha, na sasa, nafikiri, wakati umewadia wa kwenda kutafuta lililonileta."

"Seyyid yangu," alisema Bubikir, "niko tayari kukidhi matakwa yako; lakini sina budi kukuambia kuwa kuna hatari utakayoikabili ili kuipata hiyo sanamu ya tisa."

"Hatari yoyote iliyoko," alijibu bin Sultan, "mimi nimekata shauri kuikabili; nikifanikiwa, nisifanikiwe! Lolote litokealo katika dunia hii ni maongozi ya Mwenyezi Mungu."

Bubikir alipoona Zeyn amekata shauri, aliwaita watumishi wake, akawaamrisha wawatayarishie vifaa na mahitaji yao yote. Kila kitu kilipokuwa tayari, walitawadha, wakaswali swala ya faradhi ya wakati ule, wakafunga safari. Njiani waliona vitu vingi vya ajabu visivyo vya kawaida, wakasafiri kwa muda wa siku kadhaa, mwisho walifika mahali penye mandhari nzuri ya kuvutia. Hapo Bubikir aliwaambia wafuasi wake waliofuatana nao wabaki walinde vyombo vyao mpaka watakaporudi. Halafu alimgeukia Zeyn akamwambia, "Sasa, Seyyid yangu, sisi tutaendelea kwa miguu, kwani tunakaribia hapo mahali patishapo kunakopatikana hiyo sanamu. Lakini ni lazima nikuambie kuwa utahitaji ushujaa wako wote."

Waliendelea mpaka walipofika kwenye ziwa moja, Bubikir akamwambia Zeyn, "Ni lazima tulivuke ziwa hili mpaka ng'ambo ya pili."

"Tutalivukaje ilhali hatuna kitu cha kuvukia?" Zeyn alitaka kujua.

"Utaona" alijibu Bubikir, "mashua ya Sultani wa majini ikitokea. Muhimu ni kutosahau hayo nitakayokuambia, nayo ni: kwa lolote au chochote utakachoona, itakubidi ukae kimya kabisa; usiseme hata neno moja. Nakuambia hivyo mapema kwa sababu, ukitamka neno moja, hiyo mashua itazama nasi tutaangamia!"

"Nitafanya lolote unaloniambia nilifanye," alisema bin Sultani, "mradi uniambie sasa."

Wakati wakiongea vile, mara waliona mashua iliyotengenezwa kwa mbao nyekundu ya msandali ikiwajia. Ilikuwa na mlingoti mrefu uliokuwa na kaharabu nzuri na bendera ya bluu ya kitambaa cha satini. Ndani mlikuwa na mtu mmoja tu aliyekuwa na kichwa kama cha tembo, na kiwiliwili cha binadamu!

Ile mashua ilipowafikia, yule kiumbe wa kutisha aliwachukua mmoja mmoja kwa mkonga wake, akawatia ndani ya ile mashua, wakaelekea majini mpaka walipofika ng'ambo ya pili alikowashusha tena mmoja mmoja kwa ule mkonga wake, halafu akatoweka.

Kiumbe Mwenye Kichwa cha Tembo Akiwashusha

"Sasa," alitamka Bubikir, "tunaweza kuongea. Hiki kisiwa tuliko ni milki ya Sultani wa majini. Hebu angalia, bin Sultan, unafikiri kuna mahali pazuri kama hapa? Ni mfano wa mahali Mwenyezi Mungu Alipowatayarishia waja wake wema! Hebu shuhudia jinsi maua ya rangi mbalimbali na miti ya aina kwa aina ilivyoshamiri! Furahia mandhari hii ya ajabu, na sikiliza nyimbo za ndege wengi wasiojulikana kokote!"

Zeyn alivutiwa sana na ile mandhari iliyomzunguka; na kadiri walivyoendelea kwa miguu, ndivyo alivyoona vitu vingine vingi vya kumvutia zaidi. Mwisho walifika kwenye kasri lililojengwa kwa zumaridi, likizungukwa na handaki pana lililojaa maji ambalo, ukingoni palipandwa miti mirefu iliyotia kivuli kasri zima. Mbele ya lango, lililokuwa la dhahabu nzito, palikuwa na daraja paliposimama idadi fulani ya majini wenye urefu wa ajabu, waliolilinda lile lango kwa marungu ya chuma cha pua.

"Tusiendelee mbele kwanza," alishauri Bubikir, "tusije tukaangamizwa na majini yale. Na, ili kuyazuia yasitujie," aliendelea, "inatupasa kufanya tambiko fulani."

Katika mfuko uliokuwa katika vazi lake, Bubikir alitoa vitambaa vinne virefu vya rangi ya njano, kimoja alikifunga kiunoni, na cha pili alikibandika mgongoni; vile viwili vingine alimpa bin Sultani Zeyn aliyefanya kama vile alivyofanya yeye. Halafu Bubikir alitandika ardhini vitambaa viwili vikubwa kama shuka, ukingoni akaweka vito, *miski,* na ambari. Alikalia kitambaa kimoja, na Zeyn alikalia cha pili; halafu alimwambia bin Sultani, "Sasa, Seyyid yangu, nitamwita Sultani wa majini aishiye katika lile kasri lililo mbele yetu. Tumwombe Mungu kuwa atatujia akiwa katika hali ya furaha. Kama kuja kwetu katika kisiwa hiki kulimwudhi, atatutokea akiwa na umbo la dubwasha la kutisha, lakini kama amependezwa na kuja kwetu, atatutokea akiwa na umbo la mtu mwenye sura nzuri.

Mara tu atakapotutokea, usimame, umwamkie bila kuondoka hapo kwenye hiyo shuka, ama sivyo utaangamia! Ni lazima umwambie, 'Ewe Mfalme wa majini, baba yangu aliyekuwa mtumishi wako, amefariki dunia. Na sasa, ewe Mfalme, nakuomba unilinde kama ulivyomlinda marehemu baba yangu.'

Kama Sultani wa majini atakuuliza akufanyie hisani gani, ni lazima umjibu, 'nakusihi, kwa unyenyekevu mkubwa, unipe sanamu ya tisa.'"

Bubikir, baada ya kumshauri hivyo Zeyn, alianza kufanya mizungu. Ghafla palitokea nuru iliyowapofoa macho, iliyofuatana na ngurumo. Mara kile kisiwa kizima kilifunikwa na wingu jeusi, likifuatwa na upepo mkali, pakasikika sauti kubwa iliyotetemesha ardhi!

Zeyn alitishika sana, akifikiri hiyo ni dalili mbaya wakati Bubikir, aliyejua zaidi, alitabasamu, akamwambia, "Uwe shujaa, bin Sultani wangu, yote yatakuwa mazuri."

Mara ileile Sultani wa majini aliwatokea akiwa na umbo la mwanamume mwenye sura nzuri ya kupendeza. Hata hivyo alikuwa na uso mkali wa kutisha.

Mara Ileile Sultani wa Majini Aliwatokea

Alipoamkiwa na Zeyn kama vile alivyofundishwa na Bubikir, Sultani wa majini alitabasamu, akamjibu, "Mwanangu, nilimpenda sana babiyo, na kila aliponitembelea, nilimtunukia sanamu aliyoichukua. Na wewe, kama nilivyomridhisha babiyo, nitakuridhisha. Siku chake kabla babiyo hajafariki, na kabla hajaandika yale uliyoyasoma, nilimridhisha. Nilimwahidi kuwa nitakulinda, na kwamba nitakupa ile sanamu ya tisa ambayo, kwa uzuri, inashinda zile nyingine nane ulizo nazo.

Nilikwisha anza kutimiza ile ahadi yangu, kwani ni mimi ndiye yule mzee uliyemwona katika ndoto; na ni mimi ndiye niliyekufanya uweze kufungua ile ardhi kabatini mpaka ukafika kwenye ile mitungi na zile sanamu. Nilishiriki katika yote yale uliyoyafanya; na najua kilichokuleta hapa. Kwa hiyo, utapata unachokitaka ingawa sikumwahidi babiyo kuwa nitakupa. Lakini kwanza ni sharti uniapie kuwa utarejea tena kwenye kisiwa hiki, na utaniletea msichana mwanamwali mwenye umri wa miaka kumi na minane, ambaye bado hajapendwa wala hajatamaniwa na mwanamume yoyote. Na ni lazima awe mzuri wa sura na tabia. Na kwa kuwa unaniletea mimi, usimguse wala usimtamani!"

Sultan Zeyn, bila kusitasita, alimwapia akiuliza, "Lakini, Seyyid yangu, nikibahatika kumpata msichana, nitajuaje kuwa nimempata yule mwenye hizo sifa unazozitaka?"

"Najua kuwa hutamtambua," alijibu Sultani wa majini akitabasamu, "kwani mwanadamu hana kipaji hicho. Kwa hiyo, sitegemei na wewe utamtambua. Walakini, nitakupa kioo chenye kipaji hicho. Utakapomwona msichana mwenye umri wa miaka kumi na minane, mzuri wa sura, unachohitaji kufanya ni kukitazama hicho kioo, ambamo humo utamwona huyo msichana. Kama ni mwanamwali mwenye hizo sifa, kioo kitabaki kuwa safi; lakini kama hana, kitakuwa na ukungu. Hiyo itatakuwa ni dalili kuwa huyo msichana si yule nimtakaye. Mwisho, ukumbuke kiapo ulichokiapa; utimize ahadi yako kama mwungwana ama sivyo nitakutoa roho! Huruma yote na wema wote nilio nao kwako utategemea ahadi yako."

Zeyn al-Asnam aliposisitiza kuwa ataitimiza ahadi yake, Sultani wa majini alimkabidhi kioo, akimwambia, "Haya, mwanangu, sasa chukua hicho kioo nenda; unaweza kurudi wakati wowote utakapompata huyo msichana."

Zeyn na Bubikir walimuaga Sultani wa majini, wakaelekea kule ziwani. Yule mtu mwenye kichwa cha tembo, alikuja tena na ile mashua, akawavusha mpaka upande wa pili kama alivyofanya awali. Huko waliwakuta wale watumishi wakiwasubiri, wakarejea pamoja mpaka Qahira.

Yule Sultani kijana alipumzika kwa Bubikir kwa muda wa siku chache, halafu akamwambia mwenyeji wake, "Twende zetu Baghdad, tukamtafutie jini msichana mwanamwali."

"Kwa nini Baghdad; hujui kuwa tumo katika jiji mashuhuri la Qahira?" aliuliza Bubikir. "Unafikiri humu hatuwezi kupata wasichana wanawali wazuri?"

"Umesema kweli," alijibu Zeyn. "Lakini tutawapata wapi?"

"Hilo lisikusumbue," alijibu Bubikir. "Namjua ajuza mmoja mjanja ninayeweza kumwamini kwa jambo hilo; yeye atatutafutia."

Na kweli huyo ajuza alipata njia ya kumwonyesha bin Sultan idadi ya wasichana wazuri wenye umri wa miaka kumi na minane. Lakini Zeyn alipokitazama kile kioo, kilionekana na ukungu. Hivyo basi, wasichana wote aliowaona, kioo hakikubaki safi.

Walipoona katika jiji la Qahira hawakupata wasichana wanawali, walielekea Baghdad walikopangisha katika jumba lililokuwa katika mtaa mmoja maarufu, wakaishi vizuri huko wakiwakaribisha waungwana na kuwaandalia karamu mara kwa mara; mabaki ya maakuli walipelekewa madarwishi wacha Mungu waliofurahi kupata maakuli hayo.

Kile Kioo Hakikubaki Safi

Katika ule mtaa aliishi mtu mmoja aliyeitwa Bubakar, mwadhini wa msikiti wa pale mtaani. Huyu alikuwa mtu mwenye kiburi, na kijicho, aliyewachukia sana matajiri kwa sababu, yeye mwenyewe alikuwa maskini. Ufukara wake ulimfanya achukie mafanikio ya majirani zake. Kwa hiyo, aliposikia jinsi watu walivyomsifu Zeyn al-Asnam, na karamu alizokuwa akiziandaa katika jumba alimoishi, hilo lilimfanya siku moja, baada ya swala ya Magharibi, awaambie waumini msikitini, "Ndugu zangu waislamu, nimeambiwa kuna mgeni aliyekuja kuishi mtaani petu hapa, amwagaye *fulusi* kila siku. Je, tunajuaje kama huyu mgeni si mhalifu aliyeiba mali za watu huko atokako na aliyekuja kuzifurahia hapa? Ndugu zangu, tujihadhari naye mapema. Kama Khalifa akiarifiwa kuwa katika mtaa wetu kunaishi mtu wa namna hii, bila shaka atatuadhibu kwa kutomwarifu. Kwa hiyo, mimi, kwa upande wangu, naiosha mikono yangu, na kama kutatokea jambo lolote, mimi simo!"

Kama ijulikanavyo, umati wa watu unaweza kuathiriwa kwa urahisi. Waliposikia yale maneno ya mwadhini wao, kwa kauli moja, waumini wa ule msikiti walimwambia Bubakar, "Ni wajibu wako kuiarifu majlisi ya Khalifa."

Yule mwadhini alifurahi kuchaguliwa yeye, akatayarisha hati maalumu aliyokusudia kumkabidhi Khalifa siku ya pili.

Lakini Bubikir, aliyekuwa msikitini magharibi ile, na aliyesikia yote yale yaliyosemwa na yule mwadhini, alitia sarafu mia tano za dhahabu ndani ya kitambaa cha hanjifu, akafungasha na kifurushi cha vitambaa fulani vya hariri, akaelekea navyo mpaka nyumbani kwa Bubakar. Yule mwadhini alimwuliza kwa sauti ya chuki kilichomleta na anachotaka. "Baba mtakatifu," alijibu Bubikir kwa sauti ya upole, wakati akimkabidhi zile sarafu, na ule mzigo wa hariri, "mimi ni jirani yako na mtumishi wako. Natoka kwa bin Sultani Zeyn aishiye hapa jirani yenu. Amesikia sifa na utakatifu wako, akaniamrisha nije nikuambie kuwa angependa kujuana nawe; na hivi sasa ukubali zawadi hii ndogo aliyokuletea."

Bubakar alishindwa kutamka neno kwa jinsi alivyofurahi, akamjibu Bubikir, "Tafadhali, Seyyid yangu, kaniombee msamaha kwa bin Sultani. Nahisi vibaya sana kwa kutokuja kumwona nikitumaini atanisamehe na kuonana nami kesho."

Siku ya pili, baada ya swala ya Alfajiri, mwadhini aliwaambia waumini mle msikitini, "Ndugu zangu waislamu, bila shaka mnajua kuwa hakuna mtu asiyekuwa na adui. Kijicho na husuda huwaandama wale waliojaaliwa utajiri. Yule mgeni niliyewaambia habari zake jana, baada ya swala ya Magharibi, si mtu mbaya kama wadhanivyo wenye roho mbaya. Yeye ni kijana bin Sultani mwenye heshima na adabu njema. Kwa hiyo, tujihadhari kumsingizia mabaya kwa Khalifa."

Bubakar, baada ya kuondoa ile sifa mbaya aliyoitangaza msikitini magharibi iliyotangulia dhidi ya Zeyn, alirejea nyumbani, akavaa lebasi yake nzuri, akaenda kumtembelea bin Sultani aliyempokea kwa mikono miwili. Baada ya kusabahiana baye, Bubakar alimwambia Zeyn, "Seyyid yangu, unategemea kukaa Baghdad kwa muda mrefu?"

"Nitakaa," alijibu Zeyn, "mpaka nitakapompata mwanamwali mwenye umri wa miaka kumi na minane, mwenye sura ya kupendeza, na ambaye bado hajampenda mwanamume wala hajatamaniwa na yeyote!"

"Kama mimi nisingemjua mmoja," alisema yule mwadhini, "usingefanikiwa kumpata msichana wa namna hiyo. Msichana huyo," aliendelea Bubakar "ambaye baba yake hapo awali alikuwa Waziri kabla hajaacha kazi mwenyewe, anaishi katika jumba kubwa la baba yake anakoelimishwa. Kama utapenda," alimaliza kusema Bubakar, "nitakuposea. Sina shaka baba yake atafurahi kuwa na kijana mkwe kama wewe."

"Si haraka hivyo!" alisema bin Sultani, akitabasamu. "Siwezi kumwoa msichana kabla sijamwona na kujua kama nitavutiwa naye au la. Mintaarafu uzuri wake, naiamini kauli yako. Lakini kuna uthibitisho gani kuwa huyo msichana ni mwanamwali?"

"Unataka uthibitisho gani?" aliuliza Bubakar.

"Nataka kuuona uso wake kwanza," alijibu Zeyn. "Hilo litatosha kunifanya nikate shauri."

"Kwani wewe una kipaji cha kumtambua mtu tabia na kimwili kwa kumwona sura tu?" Aliuliza tena Bubakar akitabasamu. "Basi twende kwa baba yake. Nitamwambia akupe nafasi ya kumwona binti yake wakati yeye mwenyewe akiwepo."

Yule mwadhini alimpeleka Zeyn nyumbani kwa Waziri wa zamani ambaye, mara alipojulishwa kwa bin Sultani na kujua madhumuni ya kuja kwao, alimwita binti yake, akamwambia aondoe ushungi usoni. Kusema kweli, Sultani Zeyn alikuwa bado hajaona uzuri uliokamilika kama ule wa yule msichana! Alisimama pale amepigwa na bumbuazi; na kwa kuwa alikuwa na uwezo wa kujua kama ni mwanamwali au la, alitoa kile kioo, akakiangalia, akaona ni cheupe na safi kabisa bila ukungu au uchafu wa aina yoyote!

Alipogundua kuwa sasa amempata amtafutaye, alimposa yule binti. Mara ileile, bila kuchelewa, aliitwa Kadhi kuwafungisha nikaha. Na baada ya nikaha kufungwa na hati ya ndoa kutiwa sahihi, *walitiliwa Fatiha*

Yule Binti Akaondoa Ushungi Usoni

Tafrija ilipokwisha, Zeyn alimwalika kwake baba wa yule binti, akamkaribisha vizuri, akampatia zawadi chungu nzima. Siku ya pili alimkabidhi Bubikir johari nyingi ampelekee Waziri, na kumsindikiza binti Waziri mpaka kwake kulikosherehekewa tena arusi kubwa.

Wote walioalikwa walipoondoka, Bubikir alimwambia Zeyn, "Haya, sasa twende zetu, Seyyid yangu; tusipoteze wakati hapa Baghdad; turejee Qahira. Kumbuka ile ahadi uliyomwekea Sultani wa majini."

"Haya, twende zetu," alijibu bin Sultani. "Ni lazima niyatekeleze yale niliyoyaahidi, kwani ahadi ni deni. Hata hivyo, Sheikh Bubikir," aliongeza Zeyn, "sina budi kukuambia kuwa natii shingo upande ile ahadi kwa sababu huyu msichana niliyomwoa ni mzuri, na kuna kitu kinachoniambia niende naye kwetu Basrah, na kumfanya Malkia wangu badala ya kumpelekea yule jini!"

"Seyyid yangu," alijibu Bubikir, "angalia sana na uizuie nafsi yako; usivunje ahadi yako kwa Sultani wa majini!"

"Basi ni kheri umfiche huyu mtoto wa kike nisimwone tena mbele yangu!" alipendekeza Zeyn.

Bubikir alitayarisha kila kitu kwa ajili ya safari yao. Walipowasili Qahira, bila kusitasita, walielekea kule kisiwani kwa yule Sultani wa majini. Walipofika, yule msichana aliyesafiri ndani ya hema lililobebwa na farasi, na ambaye hakuonekana tena na bin Sultani toka ile siku ya arusi yake, alimwuliza Bubikir, "Tuko wapi sasa? Tutawasili lini kwa mume wangu Sultani Zeyn?"

"Seyyidati," alijibu Bubikir, "wakati umewadia wa kujua ukweli. Bin Sultani Zeyn aliyekuoa kukutoa kwenu hakukuoa kwa sababu ya kukufanya Malkia wa Basrah, bali kukupeleka kwa Sultani wa majini aliyedai kupelekewa msichana mwanamwali kama wewe."

Aliposikia maneno haya, yule mtoto wa kike alilia sana kwa uchungu kilio kilichowasikitisha na kuwatia uchungu mwingi Zeyn na Bubikir.

"Nioneeni huruma," alisihi yule binti. "Mimi ni mgeni; mtapata laana kwa Mwenyezi Mungu kwa udanganyifu wenu mlionidanganya na kunipeleka kwa jini!"

Kilio chake na malalamiko yake hayakuweza kumsaidia, kwani tayari alikuwa ameshafikishwa kwa Sultani wa majini, ambaye naye, alipomwona na kuustaajabia uzuri na haiba yake, alimwambia Zeyn, "Bin sultan, amma kusema kweli nimeridhika na tabia yako. Mwanamwali uliyeniletea ni mzuri kweli ambaye bado hajaguswa, na nimefurahi pia kwa ile tabia yako ya kujizuia na kutekeleza ahadi yako kama ulivyoniahidi. Sasa rejea kwenye milki yako; na utakapoingia kule katika kile chamba cha chini, ambako kuna zile sanamu nane, tayari utaikuta ya tisa niliyokuahidi. Nitamwamrisha mmoja wa watumishi wangu akupelekee huko."

Zeyn alimshukuru Sultani wa majini, akarejea Qahira akiongozana na Bubikir. Hakukaa sana Misri, kwani alikuwa na hamu sana ya kuiona hiyo sanamu ya tisa iliyomfanya afunge safari ndefu vile. Walakini, hakuweza kujizuia kumfikiria kwa masikitiko makubwa yule mwanamwali kijana aliyemwoa na aliyemwacha nyuma. Alijilaumu sana kwa kumdanganya; akajiona kama ndiye chanzo cha msiba na bahati mbaya iliyomwangukia yule msichana.

"Ah!" alisikitika, "maskini nimemchukua mtoto wa watu kutoka kwa baba yake, nikamtoa kafara kwa jini! Maskini we! Unastahili maisha bora kuliko hayo unayoyakabili sasa!"

Sultan Zeyn, baada ya safari ndefu, mwisho aliwasili Basrah ambako raia wake walimpokea kwa shangwe na vigelegele kwa kurejea salama. Moja kwa moja alielekea kwa mama yake – aliyefurahi naye pia kumwona tena mwanawe - aliyempa taarifa ya yote yale yaliyotokea, na kwamba ameipata ile sanamu ya tisa.

"Twende, mwanangu," alihimiza mama kwa furaha, "twende tukaione! Bila shaka iko kule chini kama alivyokuahidi Sultani wa majini kuwa utaikuta huko."

Zeyn na mama yake walielekea kule chini kwenye kile chumba kulikokuwa na zile sanamu nane; lakini walipoingia, walishangaa kupita kiasi! Badala ya sanamu ya almasi, pale kwenye kile kiguzo walimwona msichana mzuri ajabu ambaye Zeyn alimtambua kuwa ni yule mwanamwali aliyemfikisha kwa Sultani wa majini!

"Bin Sultani," alisema yule msichana kwa furaha, "unashangaa kuniona hapa, ama sivyo?! Bila shaka ulitazamia kuona kitu kingine chenye thamani zaidi kuliko mimi, na pengine unajuta, baada ya taabu yote ile uliyoikabili, badala ya sanamu, unaniona mimi!"

Badala ya Sanamu, Walimwona Msichana Mzuri!

"Seyyidati," alijibu Zeyn kwa furaha, "Mwenyezi Mungu ni shahidi yangu, nilipokuona mara ya kwanza, nusura nivunje ile ahadi niliyomwekea Sultani wa majini, nikakuchukua mimi mwenyewe! Hakika hakuna sanamu ya almasi yoyote yenye thamani sawa nawe, na ridhaa yangu ni wewe kuwa wangu! Nakupenda kuliko almasi na utajiri wote wa dunia hii!"

Mara tu Zeyn alipomaliza maneno hayo, walisikia ngurumo iliyotingisha pale walipokuwa! Mama Zeyn alitishika, lakini Sultani wa majini alitokea mara ileile, akamtoa woga kwa kumwambia, "Seyyidati, nampenda na namlinda mwanao. Nilimjaribu kujua kama kijana mwenye umri wake angeweza kuizuia ashki yake. Najua kuwa uzuri na haiba ya binti huyu ilimfanya amtake na kwamba nusura avunje ahadi yake, si kwa sababu ya kumtamani huyu msichana, bali hayo ni maumbile ya asili ya wanadamu. Basi mjue kuwa huyu ndiye ile sanamu ya tisa niliyomkusudia, na ni ya thamani zaidi kuliko nyingine yoyote. Ishi!" alitamka yule jini (akimwambia bin Sultani), "Ishi kwa furaha na kwa raha na huyu msichana aliye mkeo; endelea kumpenda peke yake! Usitafute mwingine wa kushindana naye ama sivyo itanibidi nirudi nije niingilie kati, jambo ambalo nisingependa litokee."

Alipomaliza kutamka maneno hayo, yule Sultani wa majini alitoweka, na Zeyn, aliyekuwa na furaha kupita kiasi, siku ileile alimtangaza yule msichana kuwa ni Malkia wa Basrah, wakaishi kwa raha, na kwa furaha mpaka wakazeeka na siku zao zikaisha!

* * *

Alipomaliza kusimulia kisa hiki, Shahrazad alianza kusimulia:

Kisa cha Werevu Watatu na Sultani

Werevu watatu wenye akili sana walioshirikiana kwa kila jambo, siku moja walijikuta katika matatizo ya kifedha. Baada ya majadiliano, walikubaliana kutafuta ufumbuzi wa matatizo yao kwa kumwendea Sultani, na kujifanya kuwa, kila mmoja wao, ni mtaalam wa ujuzi fulani. Basi walielekea moja kwa moja mpaka makao makuu ambako haikuwa rahisi kupata idhini ya kumwona Sultani. Walakini, wakati huo, Sultani alikuwa kwenye bustani ya kasri lake akizungukwa na walinzi wake ambao hawakumruhusu mtu yeyote kumkaribia Sultani.

Wale werevu watatu walipoona vile, walishauriana, wakakubaliana kujifanya wakigombana, wakitumaini kelele zao zitamvutia Sultani. Na kweli zilimvutia, akaamrisha wale watu wafikishwe mbele yake, ajue wanachogombania.

"Tulikuwa tukigombana juu ya ujuzi wetu," walimwambia Sultani, "kila mmoja wetu alikuwa anakibisha kuwa taaluma na ujuzi wake ndio bora kuliko wa wenzake."

"Kwani mna ujuzi gani?" Sultani alitaka kujua.

"Mimi," alitamka wa kwanza, "ni sonara, mtaalam wa kujua kila namna ya vito na madini."

"Nafikiri," alisema Sultani kwa mshangao mkubwa, "wewe ni laghai mkubwa na mdanganyifu tu!"

"Mimi," alisema wa pili, " ni mtaalam wa farasi."

"Na mimi," alimaliza wa tatu, "ni mtaalamu wa *nasaba* za watu. Naweza kujua asili na nasaba ya mtu kwa kumwangalia, taaluma ambayo ni bora kuliko zile za hawa wenzangu; kipaji ambacho hakuna aliye nacho wala aliye wahi kuwa nacho kabla yangu."

Ingawa hakuamini, Sultani alistaajabu kusikia kauli zao, akafikiri, "Kama watu hawa wanasema kweli, wanahitaji kupongezwa na kutiwa moyo. Basi nitawaacha wabaki karibu nami mpaka nitakapopata nafasi ya kuwajaribu. Kama wakithibitisha ujuzi wa taaluma zao, nitawapa vyeo na zawadi, ama sivyo nitawahukumu kifo kwa udanganyifu wao."

Basi aliwapatia mahali pa kukaa na akawaandikia kila mmoja wao apewe mkate na bakuli la uji kwa siku na akaweka mlinzi wa kuangalia wasitoroke.

Siku chache zilipopita, Sultani aliletewa zawadi adimu, zikiwemo johari mbili, moja safi, na ya pili ikiwa ina kasoro fulani. Sultani alimwita yule mtaalam wa vito, akampa ile johari safi aiangalie, ampe maoni yake juu ya thamani yake.

Yule sonara aliipokea, akaiangalia kwa makini huku akiigeuzageuza na kuichunguza kila sehemu, halafu akatamka, "Seyyid yangu, johari hii ingawa inaonekana safi, ina kasoro fulani katikati yake."

Sultani aliposikia vile, alimkasirikia yule sonara, akatoa amri akatwe kichwa, akisema, "Johari hii ni safi isiyokuwa na kasoro yoyote ilhali wewe unajifanya kuikosoa, mwongo mkubwa we!"

Mwuaji alijitokeza, akamshika yule sonara, akamfunga vizuri, akamweka sawa kwa madhumuni ya kumkata kichwa wakati Waziri Mkuu alipoingia.

Alipoona Sultani ana hasira vile na yule sonara kapigishwa magoti, na upanga wa mwuaji ukiwa juu, aliuliza sababu. Alipoarifiwa, alimwendea Sultani, akamwambia, "Seyyid yangu, usifanye haraka; kwanza ichunguzwe vizuri hiyo johari. Ndani ikionekana ina kasoro fulani, kauli ya huyu mtu itahakikishwa kuwa kasema kweli; lakini ikionekana haina kasoro yoyote, umwue kwa kusema uwongo."

"Ushauri wako," alisema Sultani, "ni wa haki."

Ile johari ilivunjwa vipande viwili, katikati yake pakaona kuna doa. Sultani alistaajabu, akamwuliza yule mtu, "Uliwezaje kuona kasoro hii?"

"Kwa ajili ya nguvu ya macho yangu," alijibu yule mtu.

"Mrudisheni kwa wenzake," aliamrisha Sultani, "na mpatieni uji na vipande viwili vya mikate."

Baada ya muda, Sultani aliletewa zawadi nyingine akiwemo farasi mdogo, mzuri, mweusi kama giza la usiku totoro. Sultani alifurahi sana kumpata farasi yule, kutwa akawa anamwangalia na kumsifu. Baada ya muda, alimkumbuka yule mtaalam wa farasi, akatuma mtu aende akamwite. Alipofika, Sultani alimwuliza, "Wewe ndiye mtaalam wa farasi?"

"Naam, Seyyid yangu," alijibu yule mtu. Sultani akamwuliza kwa kuujaribu utaalam wake, "Vizuri; lakini ujue kuwa, ukiniambia uwongo, kwa jina la Mwenyezi Mungu Aliyeniumba, nitakukata kichwa!"

"Kusikia amri, ni kuitii!" alijibu yule mtu.

Sultani alituma mtu akamlete yule farasi. Alipoletewa, yule mtaalam alimwambia yule aliyemleta farasi ampande, amtembeze mbele yake. Yule mtu alifanya kama alivyoamriwa; akampeleka mbele, kulia, na kushoto wakati yule farasi akinyanyua miguu juu na kuishusha chini. Mwisho yule mtaalam alitamka, "Inatosha!" Hapo akamgeukia Sultani, akamwambia kwa sauti ya kushangaza, "Seyyid yangu, farasi huyu ni mzuri kweli kweli; mwendo wake ni wa kuvutia. Lakini ana walakin (kasoro) fulani. Kama asingekuwa nayo, angekuwa na uzuri kamili, na kusingekuwa na wa kumfananisha katika ulimwengu mzima."

"Ana kasoro gani?" Sultani alitaka kujua.

"Kizazi chake, kuumeni," alijibu yule mtu, "ni safi kabisa; lakini ukeni, ni wa mnyama wa aina nyingine; na ukitaka kujua, nitakuambia."

"Sema," aliamrisha Sultani.

"Upande wa uke wa farasi huyu mzuri," alisema yule mtaalam, "ni wa nyati."

Sultani aliposikia kauli ile, aliruka kwa hasira, akamwamrisha mwuaji wake aliyekuwa kasimama na upanga wazi mkononi, amfyeke kichwa mara moja huku akipiga kelele kwa ghadhabu, "Mbwa mwenye laana we! Nyati awezaje kumzaa farasi?"

"Seyyid yangu," alijibu yule mtu kwa upole, "mwuaji wako yuko *haadhir;* hapa. Tuma mtu akamwite yule aliyekupa farasi huyu, umwulize ukweli. Kama maneno yangu ni ya kweli, utaalam wangu utathibitika; lakini kama yale niliyoyasema atayakana, hapo kichwa changu ni halali yako."

Mara ileile Sultani alituma mtu kwenda haraka kumwita mtu aliyempa yule farasi. Alipofika mbele yake, Sultani alimwuliza kama yule farasi alinunuliwa kutoka kwa mtu mwingine au alimfuga yeye mwenyewe. Yule mtu alijibu, "Seyyid yangu, nitakuambia kweli. Kizazi cha farasi huyu ni cha ajabu sana. Upande wa kuume farasi huyu ulikuwa ni wangu, na ulitokana na farasi wa baharini aliyefungiwa ndani siku zote kwa kumwogopea asijeruhiwe.

Ilitukia siku moja mtunzaji alimtoa nje kwenda kupunga naye upepo huko porini, akamwachia huru. Kwa bahati nyati jike alimkaribia, na kwa kuwa alikuwa amefungiwa ndani siku nyingi, alipomwona yule nyati jike, aliingiwa na hamu, akakata kamba, akamkimbilia, akampanda. Matokeo yake ni huyu farasi aliyetustaajabisha sisi sote!"

Sultani alistaajabu sana kusikia kisa kile, akatuma mtu akamwite yule mtaalam wa farasi. Alipofika, alimwambia, "Kauli yako ilikuwa ni ya kweli, na utaalam wako umethibitika. Lakini hebu niambie, ni kitu gani kilichokufanya ujue kuwa kizazi cha upande mmoja cha huyu farasi ni cha nyati?"

"Seyyid yangu," alijibu yule mtu, "alama inaweza kuonekana wazi. Kwato za farasi aghlabu huwa ni za duara, lakini za nyati ni nene na ndefu, kama za huyu farasi wako. Hivyo basi nilijua mara moja kuwa mnyama jike aliyemzaa farasi huyu bila shaka alikuwa nyati."

Sultani alimwachia yule mtu, akaamrisha kila siku naye apewe uji na vipande viwili vya mkate.

Muda si mrefu, Sultani alitaka kufanya jaribio la yule mtu wa tatu aliyedai kuwa yeye ni mtaalam wa kujua asili na nasaba ya mtu; akatuma mtu akamlete. Alipofika, alimwambia, "Ulisema kuwa wewe unaweza kujua asili ya ukoo wa mtu, ama sivyo?"

"Naam, Seyyid yangu," alijibu yule mtu.

Sultani alimwambia towashi wake mmoja ampeleke ndani kwa wake zake, akachunguze nasaba ya suria wake mmoja, kipenzi chake, ampendaye zaidi kuliko masuria wake wote.

Yule mtaalam alipoingia ndani na kujulishwa kwa yule suria, alimtazama vizuri kila upande mpaka aliporidhika, akatoka, akaulizwa na Sultani, "Haya, niambie, umegundua nini juu ya suria wangu."

"Seyyid yangu," alijibu yule mtu, "ni mwanamke aliyekamilika kwa kila namna: kwa uzuri, umbo, tabia, na elimu, kumfanya awe mkamilifu. Walakini, kuna kitu kimoja tu kinachomharibia sifa. Kama asingekuwa nacho, angekuwa hana wa kumfikia katika wanawake wote duniani."

Sultani aliposikia vile, alinyanyuka kwa hasira, akatoa jambia lake, akataka kumwua yule mtu.

Wakati akiwa tayari kumchoma na lile jambia lake, watu waliokuwa hadhirina pale walimwambia, "Seyyid yetu, usimwue kabla hujajua ukweli au uwongo wa kauli yake."

Sultani aliposikia vile, alipunguza hasira, akamwuliza, "Umemwona na kasoro gani?"

"Ewe Sultani," alijibu yule mtu, "yeye, kama nilivyokueleza, hana upungufu wowote; lakini mama yake mzazi alikuwa mcheza ngoma juu ya kamba katika sarakasi."

Mara ileile Sultani alituma mtu akamwite baba wa yule mtoto wa kike. Alipofika, alimwuliza, "Niambie kweli, nani alikuwa mama wa binti yako; usiponiambia kweli, nitakuua!"

"Ewe Sultani mtukufu," alijibu yule baba, "usalama wa mtu ni kusema kweli. Mama yake alikuwa ni mcheza ngoma wa juu ya kamba katika sarakasi toka alipokuwa mdogo. Mimi nilimchukua akiwa mdogo, nikamlea, nikamwelimisha. Alipokua, akawa msichana mzuri aliyeelimika vizuri, nikamwoa, akanizalia binti uliyemchukua."

Kusikia vile, hasira zilimpungua Sultani lakini alistaajabu sana, akamwambia yule mtu, "Hebu nieleze kilichokujulisha kuwa mama wa suria wangu alikuwa ni mchezaji wa juu ya kamba katika sarakasi."

"Seyyid yangu," alijibu yule mtu, "watu wa namna hiyo, kwa kawaida, huwa na macho meusi, na huwa na nyuso nene; na huyo mtoto wa kike ndivyo alivyo. Hivyo basi, haikuwa vigumu kwangu kumtambua."

Sasa Sultani alithibitisha kabisa ujuzi wake, akampa ruhusa kwa heshima, akaamrisha naye apatiwe bakuli la uji na vipande viwili vya mikate, ambavyo alipewa mara moja.

Baada ya muda, Sultani aliwafikiria wale watu watatu, akajiambia, "Wale watu walithibitisha taaluma zao. Yule sonara, mtaalam wa vito, alionyesha ujuzi wa sanaa yake, na yule wa mwisho naye alithibitisha kwa yale maelezo yake juu ya suria wangu. Hapa nilipo nina hamu ya kujua nasaba yangu mimi mwenyewe."

Basi Sultani alimwita yule mtaalam mwenye kujua nasaba ya mtu, akamwuliza, "Je, unafikiri unaweza kuniambia nasaba yangu?"

"Naam, Seyyid yangu," alijibu yule mtaalam, "lakini kwa sharti kwamba hutaniadhibu kifo baada ya kukuarifu, kwani, kama methali isemavyo: 'Palipo na Sultani, jihadhari na hasira zake, kwani aweza kukudhuru mara moja!'"

"Hakuna litakalokupata," aliahidi Sultani.

"Ewe, Sultani," aliendelea yule mtu, "wakati ninapokuambia asili yako, pasiwe na mtu yeyote awezaye kutusikia."

"Kwa nini?" aliuliza tena Sultani kwa shauku.

"Seyyid yangu," alijibu yule mtu, "unajua kuwa siri za mtu zinapaswa kufichwa."

Sultani aliamrisha watu wote waliokuwako pale waondoke ndipo yule mtu alipomsogelea Sultani, akamnong'oneza kwa sauti ya chini, "Sultani mkuu, wewe ni mwanaharamu, na ni mtoto wa wazazi waliozini!"

Sultani aliposikia maneno yale, rangi ya uso ilimbadilika, akapauka, akazirai. Alipopata fahamu, alibaki kimya kwa muda akitafakari, mwisho alimwambia yule mtu, "Naapa kwa jina la Allah Aliyenifanya niwe mlinzi wa dola ninalolitawala, kama hayo uliyoyatamka ni ya kweli, nitakuachia usultani wangu, na kukukabidhi wewe. Lakini kama maneno yako yatakuwa si ya kweli, nitakuua mimi mwenyewe kwa mkono wangu!"

"Kusikia, Seyyid yangu," alijibu yule mtu, "ni kutii amri."

Basi Sultani alinyanyuka, akaingia ndani kwa mama yake bila kubisha huku ameshikilia jambia lake wazi mkononi. Alipomwona mama yake, alimfokea kwa kumwambia, "Kwa jina la Muumba wa ardhi na mbingu, kama hukunijibu kweli swali nitakalokuuliza, nitakukata vipande vipande kwa jambia hili!"

Malkia, akitetemeka kwa khofu, aliuliza, "Unataka kuniuliza nini, mwanangu?"

"Niambie," alisema Sultani kwa hasira, "mimi ni mtoto wa nani?"

"Kwa kuwa ukweli ndio utakaoniokoa," alijibu malkia akilia, "jua kuwa wewe ni mtoto wa mpishi. Mume wangu Sultani hakujaaliwa kupata mtoto wa kiume wala wa kike, jambo lililomhuzunisha sana, akapungukiwa na siha, akashindwa hata kula. Kwa kuwa katika bustani tulikuwa na kuku wengi, siku moja Sultani aliingiwa na hamu ya kumla mmoja, akamwamrisha mpishi akamkamate mmoja, amchinje, amkaangie. Ilitukia kuwa, wakati huo, mimi nilikuwa peke yangu katika hamamu nikioga.

"Wakati nilipokuwa ndani ya hamamu," aliendelea Sultana, "nilimwona mpishi aliyekuwa akijaribu kumkamata kuku. Mara ile nilijiwa na fikra, shetani akanishawishi, akanishinda nguvu, nikafikiri nisipomzalia Sultani mtoto wa kiume wa kukirithi kiti chake cha enzi, akifa, athari yangu itapotea. Basi nilimshawishi yule mpishi, na matokeo yake ni wewe.

Niliposhika mimba, na Sultani alipoarifiwa, alipona mara moja, akafurahi kupita kiasi, akatoa sadaka na zawadi chungu nzima kwa maskini, kwa yatima, na kwa Mawaziri na kwa wakuu wa serikali, mpaka nilipojifungua.

Siku niliyojifungua, Sultani alikuwa mawindoni. Alipoarifiwa, alirudi haraka, akatoa amri jiji lipambwe, na watu washerehekee, kwa muda wa siku arobaini, kwa kuzaliwa kwako. Hilo, mwanangu, ndilo lilikuwa kosa langu, na hiyo ndiyo nasaba yako."

Sultani alimrudia yule mtu, akamwamrisha avue mavazi aliyovaa, na yeye akayavua aliyoyavaa. Yake alimvisha yule mtu na yeye akavaa yake, akamwambia, "Niambie jinsi ulivyotambua kuwa mimi ni mwanaharamu."

"Seyyid yangu," alijibu yule mtu, "kila mmoja wetu alipokuonyesha utaalam wake, wewe ulitoa amri tupewe mabakuli ya uji na vipande vya mikate. Hapo ndipo nilipojua kuwa wewe ni mtoto wa mpishi, kwani ni desturi ya wana wafalme au mabin Sultani kuwatuza watu kwa utajiri na kwa heshima wanazostahili. Lakini wewe ulituridhisha kwa vitu duni vitokavyo jikoni!"

"Umesema kweli kabisa," aliafiki Sultani.

Basi baada ya kumvisha joho lake na mapambo ya kisultani, alimkalisha yule mtu kwenye kiti cha enzi. Yeye alijigeuza sura kwa kuvaa nguo za kiwalii, akatoka, akatoweka, akiuacha utawala wake.

Yule mtu aliyebahatika kuupata ule usultani, alipojikuta kakikalia kiti cha enzi cha Sultani, alituma watu wakawalete wale wenzake. Walipofika, na alipoona hawamtambui kwa jinsi alivyobadilika kwa yale mavazi ya kisultani, aliwapa zawadi chungu nzima, akawaamrisha waihame milki yake wasije wakamtambua!

Baada ya haya, kwa ridhaa ya raia, alitawala ile nchi kama alivyowajibika, raia wakampenda, wakamwombea dua Mwenyezi Mungu Ampe umri mrefu azidi kuendelea kutawala.

Sultani Aliyejiuzulu Usultani

Yule Sultani aliyejiuzulu, aliendelea kusimulia Shahrazad, na aliyejibadili na kujifanya walii, baada ya kumkabidhi usultani wake yule mtu aliyemwambia baba yake mzazi alikuwa mpishi, alisafiri katika hali ya upweke kwa muda wa siku kadhaa mpaka mwisho aliwasili katika jiji la Qahira, alilofikiri ni jiji la usalama. Aliupitisha wakati wake wote kwa kutembeatembea mabarabarani mpaka siku moja alifika kwenye kasri la Mfalme. Alikuwa akilistaajabia kwa ukubwa na uzuri wake huku watu wakimpita wakiingia na wakitoka mle ndani.

Sultani aliyeongozana na wafuasi wake wakati akitoka kuwinda, alipofika pale, yule walii alisimama kando kuwapisha njia. Sultani alipomwona jinsi alivyoonekana mtu wa heshima, asiyefanana na raia wake wa kawaida, alituma mmoja wa wafuasi wake aende akamwalike ndani, wamstareheshe mpaka yeye, Sultani, atakapomwita.

Sultani alipopumzika kutokana na uchovu wa kule kuwinda kwake, alituma mtu akamlete yule walii; na alipoletwa, alimwuliza, "Unatoka katika ufalme gani?" "Seyyid yangu," alijibu yule mtu, "mimi ni darwishi nizungukaye duniani." "Hebu niambie," alisema Sultani, "kilichokuleta hapa katika milki yangu." Yule mtu alimjibu, "Seyyid yangu, naweza tu kulijibu swali lako tukiwa faragha peke yetu." "Sawa," aliafiki Sultani, akanyanyuka, akamwongoza yule mtu mpaka ndani katika chumba kingine. Humo yule walii alimsimulia kisa chake chote, na jinsi alivyojiuzulu usultani wake, akawa darwishi mcha Mungu.

Sultani aliposikia kisa chake, na jinsi alivyoachana na maisha ya kifalme akawa mtawa vile, alitamka kwa mastaajabu makubwa, "Mwenyezi Mungu Aliyeumba mbingu na ardhi, Asifiwe! Kisa chako ni cha ajabu lakini changu ni cha ajabu zaidi. Nitakusimulia bila kukuficha lolote."

Kisa cha Mahammud, Sultani wa Qahira

Katika maisha yangu ya awali, alianza yule Sultani, nilikuwa mtu fukara hohe hahe ambaye, siku zote, sikuwa na lolote wala chochote mpaka siku moja nilipojaaliwa kupata sarafu kumi za fedha, nikakata shauri kwenda kujifurahisha nazo. Kwa lengo hilo, nilielekea nazo sokoni, nikidhamiria kwanza kununulia kitu cha kula.

Wakati nikitazama huko na huko, alipita mtu mmoja, akifuatwa nyuma na kundi la watu waliomcheka, kwani alikuwa ameshika mnyororo wa chuma uliomfunga nyani shingoni. Alikuwa akimnadi kwa sarafu kumi.

Nilipomwona yule nyani, kuna kitu kilichoniambia nimnunue; basi nilimpa zile sarafu kumi nilizokuwa nazo.

Nilipofika naye nyumbani, sikuwa na ndururu hata moja; sikujua namna yoyote ya kujipatia mimi chakula wala ya kumlisha yule nyani. Wakati nikitafakari hivyo, yule nyani, baada ya kuruka huko na huko, kwa uwezo wa Mwenyezi Mungu, ghafla alibadilika, akawa kijana mwanamume mzuri, akaniambia, "Shekh Mahammud, umeninunua kwa zile sarafu zako kumi za mwisho ulizokuwa nazo, na sasa unafikiri namna ya kunilisha mimi na kujilisha wewe mwenyewe, ama sivyo?"

"Kweli," nilimjibu kwa mshangao na mastaajabu makubwa ya kumwona nyani kabadilika na kuwa binadamu akisema vile!

"Lakini, kwa jina la Mwenyezi Mungu," nilimwuliza, "wewe ni nani na unatoka wapi?"

"Usiulize maswali mengi," alijibu yule kijana, "bali chukua kipande hichi cha dhahabu, nenda ukatununulie kitu cha kula na cha kunywa."

Nilichukua kile kipande cha dhahabu, nikaenda kufanya kama vile alivyoniagiza yule kijana. Jioni ile, tulijifurahisha kwa kula na kunywa na kuongea mpaka usiku wa manane wakati wa kulala ulipowadia.

Asubuhi, yule kijana aliniambia, "Rafiki yangu, hapa tunapoishi hapatufai wala hapatutoshi sote wawili; nenda ukatutafutie mahali pengine pakubwa na pazuri zaidi."

"Kusikia," nilimjibu, "ni kutii amri!"

Basi nilitoka, nikaelekea mtaa unaokaliwa na watu wenye nafasi nzuri, nikapangisha nyumba kubwa nzuri, tukaihamia. Halafu yule kijana alinipa dinar mia, akaniambia niende nikanunulie mabusati na makochi. Niliporudi, mbele yake nilikuta mzigo uliokuwa na lebasi nzuri za kitajiri. Alinikabidhi, akaniambia niende kwenye hamamu, na baada ya kuoga, niivae ile lebasi. Nilitii amri yake, nikaivaa ile lebasi ambayo, katika kila mfuko wake, niliona mna dinari mia za dhahabu!

Niliporudi, alinisifu, akanikalisha karibu yake; na tulipojiburidisha kwa maakuli na vinywaji, tuliongea juu ya mambo tofauti. Mwisho alinipa mzigo, akaniambia nimpelekee Sultani, nikampose binti wake, akinihakikishia kuwa ombi langu litakubalika.

Yule kijana alimwamrisha mtumwa mmoja aliyemnunua afuatane nami anibibebee ule mzigo, nikatoka, nikaelekea kwenye kasri la Sultani. Mbele yake palikuwa na idadi kubwa ya walinzi na wakuu wa serikali ambao, walipoona jinsi nilivyovalia, waliniuliza kwa heshima nilichotaka. Nilipowajibu kuwa ninashughuli maalumu na Sultani, walinifikisha mpaka mbele ya kiti cha enzi. Nilimsabahi Sultani kwa heshima na taadhima, nikamwinamia, kama inavyotakikana, nikamkabidhi ule mzigo, nikimwambia, "Seyyid yangu, pokea mzigo huu mdogo nikitumaini unastahili heshima ya Sultani."

Sultani alipoamrisha ule mzigo ufunguliwe na kuona lebasi ya kifalme iliyokuwa mle ndani, ambayo mfano wake bado alikuwa hajauona wala haupatikani katika milki yake, alishangaa, akasema, "Hakika sina lebasi ya namna hii, wala sijawahi kuiona! Naipokea kwa mikono miwili. Hebu niambie, Shekh" aliendelea Sultani, "badala yake unataka nini cha thamani kutoka kwangu?"

"Mtawala mkuu,"nilimjibu kwa heshima, "ninachotaka ni kuwa na uhusiano mwema na wa karibu kwa kunioza binti yako."

Sultani aliposikia ombi langu, alimgeukia Waziri wake, akamwambia, "Waziri, nishauri la kufanya katika jambo hili." Waziri alimjibu, "Seyyid yangu, mwonyeshe almasi ya thamani uliyo nayo kuliko nyingine yoyote, umwulize kama anayo nyingine kama hiyo iwe ni zawadi kwa binti yako."

Sultani alifuata ushauri wa Waziri wake, nami nikamwambia, "Kama nikikuletea mbili, utanioza binti yako?"

Sultani alikubali, nikaichukua ile almasi yake kwenda kumwonyesha yule kijana. Nilipowasili, nilimwarifu yale yaliyotokea, naye aliichunguza ile almasi, akatamka, "Sasa wakati umekwisha, lakini kesho nitakupatia kumi kama hii utakazompelekea Sultani."

Asubuhi yule kijana alitoka, na baada ya muda wa saa moja, alirejea akiwa na almasi kumi kama ile ya Sultani, akanikabidhi, nami nikamwendea haraka Sultani. Alipoyaona yale mawe ya tunu yaking'aa ajabu, alishauriana tena na Waziri wake.

"Seyyid yangu," alijibu Waziri, "wewe ulidai almasi moja tu kutoka kwa huyu Sheikh, na yeye amekuletea kumi. Kwa hiyo, kwa kutimiza kauli yako, huna budi kumwoza binti yako."

Mara ileile Sultani aliagiza Kadhi Mkuu na mashahidi waitwe, ndoa ikafungwa.

Niliporudi nyumbani, na kumwonyesha yule kijana, alisema, "Vizuri; sasa kakamilishe arusi lakini nakuonya: usimsogelee wala usimguse mkeo mpaka nitakapokuambia."

"Nimesikia na natii amri," nilimjibu.

Arusi ilipokamilika, na usiku ulipoingia, niliingia katika chumba cha binti Sultani, lakini nilikaa mbali naye bila kumgusa wala kuongea naye mpaka asubuhi nilipomwaga, nikatoka, nikaenda zangu. Usiku wa pili na usiku wa tatu mambo yakawa ni hayo hayo. Jambo hili lilimwudhi mke wangu, akamlalamikia mama yake ambaye naye alimwarifu Sultani. Sultani alituma mtu kuniita. Nilipofika, kwa hasira alizokuwa nazo, aliniambia kama nitaendelea na ile tabia, basi ataniua.

Niliposikia kauli ya Sultani, na kuona jinsi alivyokasirika, nilimwendea yule kijana kumwarifu yaliyojiri. Safari hii alinishauri: usiku wakati nikiwa peke yangu na mke wangu, kabla sifanya lolote, nidai kutoka kwake bangili aliyoivaa mkono wake wa kulia, na nimpelekee yeye kwanza, baadaye ndipo nitakapomkaribia mke wangu. Nikamjibu, "Kusikia, ndio kutii amri."

Jioni ya pili, nilipoingia katika chumba cha mke wangu, nilimwambia, "Kama unataka tuishi pamoja kwa raha na kwa furaha, nipe hiyo bangili uliyoivaa mkono wako wa kulia."

Mara ileile alinivulia, akanikabidhi, nami nikaenda nayo moja kwa moja mpaka kwa yule kijana, halafu nikarejea haraka kwenye kasri la Sultani, nikalala na binti Sultani mpaka asubuhi.

Unaweza kukisia jinsi nilivyoshangaa nilipoamka asubuhi na kujikuta nimelala katika kijichumba changu kichafu cha zamani, nikiwa nimevaa yale magwanda yangu ya zamani yaliyoraruka na kilemba changu kikuukuu kilichochakaa chenye tundu chungu nzima mithili ya chujio!

Nilipopata nafuu kutokana na ule mshangao niliokuwa nao, nilitoka nje kwa uchungu na huzuni, nikijuta kwa kumpoteza ghafla vile binti Sultani, bila kujua jinsi ya kumpata tena.

Wakati nikitembea kuelekea kule kwenye kasri la Sultani, njiani nilimwona mtu mmoja mpiga bao akiwatabiria watu juu ya maisha yao. Nilimwendea nikamsalimu naye akaniitikia vizuri.

Alipomaliza kazi yake, aliutazama vizuri uso wangu, kwa mshangao mkubwa, aliniambia, "Vipi! yule laana amekundangaya, na kukutenganisha na mkeo?"

"Ndiyo," nilimjibu kwa kushangaa.

Yule mtabiri aliniambia nimsubiri kidogo kwa kunikalisha karibu yake. Watu wote waliokuwa pale walipoondoka, akaniambia, "Rafiki yangu, yule nyani uliyemnunua kwa sarafu kumi za fedha, na aliyegeuka kuwa kijana binadamu, si binadamu bali ni jini aliyempenda sana binti Sultani uliyemwoa. Kwa kuwa hakuweza kumsogelea kwa sababu ya ile bangili aliyoivaa, iliyokuwa na tambiko, ndiyo maana akakutumia wewe. Hivi sasa anaye, lakini usiwe na wasiwasi, nitamwangamiza ili wanadamu waepukane na uovu wake, kwani ni mmoja wa majini waliolaanika na waliomuasi na kuvunja amri ya Seyyidina Suleiman bin Daud."

Yule mtabiri aliandika karatasi, akaifunga vizuri, akanikabidhi, akisema, "Nenda mahali fulani usubiri hapo uwaangalie watakaokujia. Utakapoona mkuu mmoja akiongozwa na mlolongo wa watu, mkabidhi hati hii, naye atakutimizia matakwa yako."

Niliipokea ile hati, nikaondoka nayo mara ileile kuelekea kule alikonielezeka; na baada ya kwenda usiku kucha na nusu ya siku ya pili, nilifika, nikakaa chini nikisubiri litakalotokea. Usiku wa manane niliona nuru ikinijia kutoka mbali. Iliponikaribia, niliona idadi kubwa ya watu waliobeba taa, na katikati yao nilimwona Sultani wao waliyekuwa wakimsindikiza. Nilishtuka, lakini nilijikaza, nikabaki pale nilipokuwa.

Sehemu kubwa ya ule mlolongo iliponipita wakitembea wawili wawili mwisho alitokea Sultani wao, ambaye alikuwa ni wa majini, akizungukwa na wafuasi wake waliojipamba vizuri. Hapo nilijikaza, nikamwendea, nikajitupa miguuni pake, nikamkabidhi ile hati. Aliifungua, akaisoma kwa sauti iliyosikika:

"Ewe Sultani wa majini, mwenye kukuletea hati hii yuko katika matatizo makubwa ambayo wewe unalazimika kumwondolea kwa kumwangamiza adui yake. Usipomsaidia, usalama wako utakuwa hatarini. Kwaheri."

Yule Sultani wa majini alipoisoma ile hati, alimwita mmoja wa watumishi wake aliyefika pale mara moja, akamwamrisha aende haraka akamlete mbele yake bila kuchelewa yule jini aliyemroga binti wa Sultani wa Qahira.

"Kusikia amri," alijibu yule mtumishi, "ndiyo kuitii!" na mara ileile alitoweka, na baada ya muda wa saa moja, alirejea na yule jini, akamsimamisha mbele ya Sultani wao aliyempigia kelele, "Wewe uliyelaaniwa, umemtenda nini mtu huyu?"

"Ewe mtawala mkuu," alijibu yule jini, "kosa langu ni la kumpenda binti Sultani aliyevaa bangili iliyonizuia nisiweze kumsogelea. Ndiyo maana nilimtumia mtu huyu aliyenipatia ile bangili, na sasa ninaye binti Sultani. Lakini ujue kuwa sikumdhuru wala sijamgusa kwa sababu nampenda sana."

"Rudisha mara moja ile bangili!" aliamrisha yule Sultani wa majini, "ili huyu mtu ampate mke wake, au nitatoa amri ukatwe kichwa sasa hivi!"

Yule jini aliyekuwa amelaaniwa, aliposikia maneno yale, alikasirika, akapaza sauti, "Sitairudisha bangili, na hakuna yeyote atakayemmiliki binti Sultani isipokuwa mimi!"

Alipotamka maneno hayo, alijaribu kutoweka, lakini alizuiwa. Sultani wa majini aliwaamrisha wafuasi wake wamkamate, wamfunge minyororo, wamnyang'anye kwa nguvu ile bangili, halafu wamkate kichwa! Amri yake ilipotekelezwa, Sultani wa majini alinikabidhi ile bangili, na mara ilipoingia mkononi mwangu, wale majini wote walitoweka machoni pangu, nami nikajikuta nimevalia ile lebasi nzuri niliyoivaa awali!

Nilirudi mpaka nikafika jijini. Nilipokribia kasri la Sultani, walinzi walinitambua, wakapiga kelele kwa furaha, "Seyyid yetu, Mwana Mfalme aliyepotea amerudi!"

Walinizunguka na kuniamkia kwa heshima, nikaingia ndani katika chumba cha binti Sultani, ambaye nilimkuta amelala usingizi mzito, hali aliyokuwa nayo toka kuondoka kwangu. Walakini, nilipomvisha ile bangili mkononi, aliamka.

Basi toka siku hiyo tuliishi pamoja kwa furaha mpaka baba yake aliyenichagua kuwa mrithi wa kiti chake cha enzi alipofariki; nikawa hivi unavyoniona."

Sultani wa Qahira alipomaliza kusimulia, yule Sultani aliyejiuzulu na aliyejifanya walii, alionyesha mshangao mkubwa. Sultani wa Qahira alimwambia, "Usistaajabu, ndugu yangu, usiyastaajabie majaaliwa ya Mwenyezi Mungu Mwenye uwezo na maajabu yake! Kwa kuwa wewe umejiuzulu usultani wako na kumkabidhi mwingine, kama utakubali, nitakufanya Waziri wangu, na tutaishi pamoja kama ndugu na marafiki."

"Kusikia," alijibu yule Sultani aliyejiuzulu usultani wake, "ndio kutii!"

Basi Sultan wa Qahira alimteua Waziri wake, akamkabidhi wadhifa mkubwa, akamtunukia na kasri zuri lililopambwa na kunakshiwa vizuri lililokuwa na bustani nzuri. Naye aliuendesha vizuri wadhifa wake mpaka sifa na wema wake ukaenea kote, na kila aliyekuwa na jambo, alimwendea yeye. Aliendelea hivyo kwa muda wa miaka kadhaa akiwa na Sultani wa Qahira bila kujuta kuuacha ule usultani wake.

Jioni moja ilitukia kuwa Sultani wa Qahira alijikuta hana raha, akatuma mtu akamwite yule Waziri wake. Alipofika, alimwambia, "Waziri, leo sina furaha hata kidogo na hakuna chochote cha kunifurahisha au kuniliwaza."

"Ingia katika hazina yako," alipendekeza Waziri, "utazame johari na vito vyako, labda hivyo vitakufurahisha na kukuliwaza."

Sultani alifanya kama vile alivyoshauriwa lakini hali yake haikubadilika, akasema, "Waziri, hali hii haibadiliki na hakuna chochote kilichomo katika kasri langu kinachoweza kunifurahisha. Lililobaki ni kujibadili na kuingia jijini."

Basi wote wawili waliingia katika chumba faragha, wakavaa nguo za kidarwishi wa Bara Arabu, wakatoka nje na kuanza kuzururazurura jijini mpaka wakafika katika jengo wanamowekwa wendawazimu. Waliingia humo wakaona wanaume wawili, mmoja akisoma kitabu na mwenzake akimsikiliza. Sultani aliwauliza, "Hili ni jambo la kustaajabisha; kweli nyinyi ni wendawazimu? Mbona mnaonekana watu wenye akili timamu?"

“Sisi hatuna wazimu,” walimjibu, “lakini visa vyetu vya ajabu ndivyo vilivyotusababisha tukawa humu na ambavyo vinastahili kuhadithiwa na kuhifadhiwa ili viwe mifano na fundisho kwa wengine.”

“Hebu tusimulieni,” alisema Sultani. Ndipo yule aliyekuwa akimsomea mwenzake aliposema, “Basi nisikilizeni mimi kwanza niwasimulie,” akaanza kusimulia:

Faharasa

nurul `uyuni	-	nuru ya macho yangu
(ma) ulamaa	-	wataalam, wanachuoni
(ma) tumbawe	-	aina ya mawe baharini yatokanayo na vinyama vya baharini vijikusanyavyo pamoja.
shufu	-	angalia, tazama
taswira	-	picha
ihsan	-	hisani
la`anatullah alayk	-	laana ya Mungu ikuangukie
Chale	-	neno hili, lenye maana ya mchekeshaji, linatokana na jina Charlie Chaplin aliyekuwa mchekeshaji maarufu sana katika filam za zamani za sinema
maharajah	-	neno la asili ya Kihindi lenye maana ya Mfalme, Sultani, au mtawala
msafir-khana	-	nyumba au mahali pa kufikizia wageni wasafirio
darwishi	-	mcha Mungu, walii
sultana	-	mwanamke aliye Sultani, au mke wa Sultani
ruksa	-	ruhusa, -pa au toa idhini
adhimu	-	enye sifa, -a kusifika sana
kelbu	-	mbwa
daima dawamu	-	milele
seyyidatina	-	cheo cha kike chenye maana ya bibi yangu
bazar	-	madukani; sehemu yenye maduka mengi ya bidhaa mbalimbali

inna darahima kana aziza – hakika fedha ni utukufu

azizi – enye thamani

koho – ndege mkubwa, namna ya tai

miski – unga mweusi unaonukia ambao hutengenezewa uturi

fulusi – fedha

wakatiliwa fatiha – (1) wakasomewa sura ya kwanza ya Qur'an Tukufu; (2) ombewa Mungu; ombewa dua

nasaba – uhusiano wa kizazi baina ya watu au ukoo mmoja

haadhir – kuweko mbele ya hadhara ya watu; kuweko mahali fulani kwa wakati fulani

Ukitaka kusoma visa vya mwenda wazimu wa kwanza na wa pili, na visa vingine vingi vipya vya kusisimua, usikose kusoma kitabu cha saba cha masimulizi haya kamilifu ya toleo jipya la Alfu Lela U Lela!

www.ingramcontent.com/pod-product-compliance
Lightning Source LLC
LaVergne TN
LVHW010615100826
845148LV00014B/2980
9789987449491